QUYỀN THỰC
THÁNH ĐẠO
& PHẬT GIÁO

QUYỀN THỰC
THÁNH ĐẠO & PHẬT GIÁO
TỪ HOA NHẤT TUỆ TÂM

Bản quyền thuộc về tác giả và Nhà xuất bản Liên Phật Hội (United Buddhist Publisher).

Copyright © 2018 by United Buddhist Publisher (UBP)
ISBN-13: 978-1724375018
ISBN-10: 1724375016

TỪ HOA NHẤT TUỆ TÂM

QUYỀN THỰC
THÁNH ĐẠO & PHẬT GIÁO

NHÀ XUẤT BẢN LIÊN PHẬT HỘI
UNITED BUDDHIST PUBLISHER - UBP

Khi mở cửa,
không phải chỉ mở
một cánh cửa lớn là xong việc
mà còn phải mở
tất cả các cánh cửa nhỏ.

Nội dung

Phần I.

Phật giáo, chiếc nôi phổ môn của nhân loại

Kinh Vô Lượng Nghĩa nói "vô lượng pháp từ một pháp mà sinh ra".

Ma Ha Chỉ Quán của Thiên Thai Trí Khải (538-597), quyển 5, nói: "Phật bảo các Tỳ-kheo, một pháp thâu nhiếp tất cả pháp, chính là Tâm."

Phổ môn là vô lượng giáo pháp. Vô lượng giáo pháp này cũng từ một giáo pháp mà sinh ra. Một giáo pháp phổ cập tất cả gọi là phổ môn. Chư Phật thuyết giáo thuận theo Tâm của chúng sinh. Giáo là những ngôn từ được thuyết ra cho những chúng sinh chưa thấu suốt. Pháp là những phương thức với nhiều tướng trạng giống nhau hoặc khác nhau. Tâm ý chúng sinh có bao nhiêu ngõ ngách thì giáo pháp có chừng ấy quanh co. Chư Phật dùng muôn vàn phương tiện khế cơ mang lại lợi ích cho chúng sinh. Ngài Xá Lợi Phất từng nói: "Phật dùng nhiều nhân duyên và thí dụ, phương tiện ngôn thuyết như biển rộng khiến tâm người trong pháp hội được yên ổn, con nghe pháp ấy khiến lưới nghi dứt" là nghĩa trên vậy.

Theo Pháp Hoa Tông, chân như trong vạn pháp, chư Phật và chư Bồ Tát vì vậy mà quyền xảo ứng hiện vô lượng môn, hóa hiện vô lượng thân tướng làm lợi ích đưa đường cho chúng sinh thành tựu Bồ đề. Sư Trạm Nhiên (711-782), là vị Tổ thứ chín Pháp Hoa Tông, nói: "Từng đoạn thi thiết giáo hoá đều dùng pháp môn Tiệm - Đốn thích hợp với căn cơ của chúng sanh, hoặc là Đại hoặc là Tiểu đều vì căn cơ chúng sanh mà ban cho giáo pháp sai biệt. Chư Phật dùng lực phương tiện, chỉ ra theo ba Thừa giáo, chúng sanh đắm trước khắp nơi, dẫn dắt khiến được ra khỏi." (Pháp Hoa Huyền Nghĩa Thích Tiêm).

Pháp Hoa Tông còn được gọi là Nhất Thừa Viên Tông vì tông này tuyên dương diệu nghĩa của nhất thừa viên đốn. Ba thừa là Thanh văn thừa, Duyên giác thừa và Bồ Tát thừa. Kinh Pháp Hoa, phẩm Phương Tiện, Phật nói cho chúng ta hiểu rằng "Phật dùng nhiều phương tiện khác nhau để hiển bày Đệ Nhất Nghĩa." Nhiều phương tiện khác nhau cũng có thể hiểu là tám vạn bốn ngàn pháp môn, cho nên không hẳn chỉ là Tam thừa quy về Nhất thừa mà muôn đường vạn nẻo từ các pháp được thánh hiền thuyết ra đều quy về Nhất thừa. Vì vậy hoặc nói Đại, hoặc nói Tiểu cũng không hàm ý lớn hoặc nhỏ, cao hoặc thấp một cách cố định. Nếu ở nơi vô trụ mà lập ra tất cả pháp thì đó mới gọi là chánh pháp.

Vô trụ cũng chính là phá chấp, tức cởi bỏ tâm phân biệt nương vào sự thấy biết sai lệch của chính mình về vạn sự vạn vật, trong đó, cái chấp có thể đưa đến nguy cơ hủy diệt con đường giải thoát là chấp pháp. Thân người dù là thân phàm phu hoặc thân bậc trí cũng được kể là phương tiện cực kỳ cần thiết, ví như chiếc bè đưa người qua sông. Mặc dù là vậy nhưng sự chấp lấy thân tướng vẫn chưa nguy khốn bằng sự chấp pháp, tức là mê chấp vào một học thuyết, một nguyên tắc, hoặc một hệ thống giáo điều nào đó, cho dù học thuyết, nguyên tắc đó từ kim khẩu Phật thuyết ra. Từ tâm chấp pháp này nảy sinh các sự phỉ báng, bài bác nhau ngay cả trong Phật giáo, đối với những vấn đề đơn sơ như pháp môn. Những sai lầm đáng tiếc này xảy ra cũng vì không biết rằng tuy là nhất thể mà có muôn vàn tên gọi khác biệt, không biết rằng một trong một ngàn tên gọi khác của Đế Thích là Kiều Thi Ca, không biết rằng Đức Chiếu Minh Trang Nghiêm Tự Tại Vương, đầy đủ mười hiệu, hiện đang thuyết pháp, là một ứng hóa thân khác của Đức Thích Ca Mâu Ni, như trong đoạn kinh văn sau đây:

"Bồ Tát Kiên Thủ thưa với Đức Phật rằng:

- Thưa Đức Thế Tôn! Thọ mạng của Phật là bao nhiêu, đến thời gian nào nhập diệt?

Đức Phật bảo với Bồ Tát Kiên Thủ:

- Phương Đông cách nơi này ba vạn hai ngàn cõi Phật có cõi nước tên gọi Trang Nghiêm, Đức Phật ấy danh hiệu là Chiếu Minh Trang Nghiêm Tự Tại Vương, đầy đủ mười hiệu, hiện nay đang thuyết pháp. Đức Phật ấy vốn có thọ lượng như vậy, thọ mạng của Ta cũng như vậy.

Lại hỏi:

- Thọ mạng của Đức Phật ấy là bao nhiêu?

Đức Phật dạy:

- Ông tự mình đến hỏi thì Đức Phật ấy sẽ trả lời.

Bồ Tát Kiên Thủ nhờ thần lực của Phật trong khoảng một niệm liền đến nơi cõi nước ấy đảnh lễ, vòng quanh Đức Phật rồi thưa với Đức Phật rằng:

- Thưa Đức Thế Tôn! Thọ mạng của Ngài là bao nhiêu, thời gian nào Ngài nhập diệt?

Đức Phật ấy trả lời rằng:

- Như thọ mạng của Phật Thích Ca, Ta cũng như vậy. Ông nên biết thì thọ mạng của Ta là bảy trăm A Tăng Kỳ kiếp, Phật Thích Ca cũng như vậy.

Bồ Tát Kiên Thủ trở về thưa lại với Đức Phật, Ngài A Nan liền thưa rằng:

- Như con hiểu lời Phật đã nói, Đức Phật ấy là một danh hiệu khác của Phật Thích Ca.

Đức Phật bảo ngài A Nan:

- Ông nhờ Phật lực mới biết được điều này, cho đến thượng phương có cõi nước tên gọi Nhất Đăng Minh... đều là phân thân của Phật Thích Ca."

(Kinh Thủ Lăng Nghiêm, quyển Hạ)

Như vậy, các phân thân của Đức Phật Thích Ca không vì lý do gì mà nhất định phải dạy chúng sinh cõi nước đó tu tập những pháp môn mà chúng ta là người ở cõi nước này ưa thích như Thiền, Tịnh, Mật, Giáo v.v... Người thích tu Thiền cũng không nên hy vọng Đức Phật Chiếu Minh Trang Nghiêm Tự Tại Vương chỉ sẽ dạy chúng sinh cõi Nhất Đăng Minh tu theo Thiền tông. Người thích tu Tịnh độ cầu vãng sinh cũng không nên cầu mong Đức Phật Chiếu Minh Trang Nghiêm Tự Tại Vương chỉ sẽ dạy chúng sinh cõi nước đó tu theo Tịnh độ tông. Người học Phật hẳn biết rằng Đức Phật sẽ tùy căn tánh chúng sinh nơi mỗi cõi nước mà thuyết ra các pháp môn thích hợp khiến chúng sinh được lợi ích. Từ điểm căn bản này có thể thấy rằng chấp Tiểu, chấp Đại, chấp Thiền, chấp Tịnh v.v... đều là sai lầm. Nếu người tu tập tự thấy rằng mình có thể thay đổi tập khí xấu khi tu Thiền, thì đối với người đó, Thiền tông là hạng nhất. Nếu người tu tập tự thấy rằng tánh tình mình trở nên hiền hòa hơn khi tu Tịnh độ, thì đối với người đó, Tịnh độ tông là hạng nhất. Không nên vì ưa thích dáng vẻ, tên tuổi của bất cứ vị thầy nào hoặc bất cứ cuốn sách nào do vị thầy ấy viết ra mà quên nhìn lại căn tánh của chính mình. Đức Phật thường dạy rằng chưa hề có một nơi nào không phải là nơi Phật đã từng xả bỏ thân mạng trong việc hóa độ chúng sinh. Ngài tùy căn tánh chúng sinh mà dùng các phương tiện đơn giản, phức tạp, toàn vẹn hoặc chưa toàn vẹn để tuyên nói khiến chúng sinh thành thục, nghe pháp mà được nhiều lợi ích. Phẩm Thí Dụ, kinh Pháp Hoa, nói: "Bậc pháp vương phá các cõi mà xuất hiện ở đời tùy thuận vào sự ưa thích của chúng sinh mà thuyết pháp cho họ." Đến đây, chúng ta có thể thấy tính chất phương tiện của tất cả pháp môn như những phương thức tu tập.

Khi nói đến phương tiện thì cái gì không phải là phương tiện?

Phần II

Quyền pháp và Thực pháp

Pháp phương tiện còn gọi là Quyền Pháp. Phương tiện là sự lập bày khéo léo của chư Phật, chư Bồ Tát, chư Thiên... nhằm mục đích đưa chúng sinh vào pháp chân thực, gọi là Thực Pháp. Theo Pháp Hoa Tông, giáo pháp nào chỉ dạy cho chúng sinh nhập được tri kiến Phật thì đó là Thực giáo, ngoài ra đều là Quyền giáo. Quyền giáo dùng trí tuệ hiểu được phương tiện khéo léo đáp ứng căn tánh của chúng sinh qua tam thừa là Thanh văn thừa, Duyên giác thừa, và Bồ Tát thừa mà hóa độ. Thực giáo dùng trí tuệ viên mãn giáo hóa chúng sinh nhập vào pháp Nhất thừa tối thượng.

A. Thiên Thai Trí Khải với Tam đế Không, Giả Trung:

Giáo sư Paul Swanson, trong tác phẩm "Thiền và Chỉ Quán" (Từ Hoa Nhất Tuệ Tâm dịch từ nguyên tác Anh ngữ, Phương Đông xuất bản năm 2011) ghi lại như sau:

"Khái niệm Tam Đế của Thiên Thai Trí Khải mở rộng học thuyết về nhị đế, tức tục đế [samvrtisatya] và chân đế [paramartha-satya] của truyền thống Trung quán. Tư tưởng truyền thống này tìm thấy trong Trung luận [Mulamadhyamakakarikas] phẩm thứ 24, bài kệ thứ 8 và 9 như sau:

"Chư Phật căn cứ vào nhị đế
Vì chúng sinh mà nói pháp
Trước hết nói thế tục đế
Sau đó nói đệ nhất nghĩa đế.

Những người không thể tiếp nhận
Phân biệt rõ rệt hai đế này
Thì nơi giáo pháp thậm thâm của chư Phật
Không thể hiểu được nghĩa chân thực."

Nguồn thông đạt trực tiếp của Thiên Thai Trí Khải thành tựu qua khái niệm Tam Đế thấy trong bài kệ 24:18 trong Trung Luận:

"Các pháp do nhân duyên sinh
Tôi nói đó là không
Cũng chỉ là giả danh
Cũng là nghĩa trung đạo"

[yah pratityasamutpadah sunyatam tam pracaksmahe
sa prajnaptirupadaya pratipat saiva madhyama]

Bài kệ này nói đến tánh đồng nhất của nhị đế, đó là Không tức Giả tức Trung. Trong bản dịch Hoa ngữ của sư Cửu Ma La Thập đã đưa ra cái hiểu về Trung Đạo như yếu tố thứ ba trong cùng một thực thể (T30, 33b11).

Như vậy, chân lý là một thực tại có ba mặt. Thứ nhất, Không (sunyata) hoặc sự thiếu vắng một chủ thể, là cái được hiểu như một chân lý tuyệt đối (paramarthasatya); thứ hai là Giả, tức sự có mặt của thế giới hiện tượng có từ duyên khởi, là cái thường được hiểu như chân lý thế tục (samvrtisatya); và thứ ba là Trung Đạo, sự xác định đồng thời hai mặt Không và Giả là hai mặt của một thực tại như nhất.

Với Thiên Thai Trí Khải, ba mặt này không tách biệt nhau mà là những mặt gắn liền vào nhất thể.

Cảnh tượng chúng ta kinh nghiệm có một giá trị nhất thời tuy rằng chúng ta có chứng nghiệm. Tuy nhiên, thế giới mà chúng ta chứng nghiệm trong đó thiếu vắng cái vĩnh hằng. E rằng con người sẽ rơi vào chủ nghĩa hư vô nên cần phải thấy được Trung Đạo. Con người phải nhận ra Tánh Không của thế giới hiện tượng cùng lúc với thực tại giả tạm của cái Không này. Tuy nhiên, cái Trung Đạo này không thể bị hiểu như một chân lý thường hằng, siêu việt ở ngoài thế giới hiện tượng giả tạm là nơi thiếu vắng một thực thể bất biến. Cái vòng tròn tự nó viên dung, tức tam đế.

Khái niệm trên được Thiên Thai Trí Khải toát yếu trong tác phẩm "Pháp Hoa Huyền Nghĩa" như sau:

"Tam Đế tròn đầy có nghĩa rằng pháp Phật không những chỉ có Trung đạo mà còn có Không và Giả. Tam đế này viên dung, một trong ba, ba trong một."

Tánh tướng của cảnh giới chúng sinh trong sáu đường chính là pháp "do nhân duyên sanh". Tánh tướng của cảnh giới hàng Nhị thừa và Bồ Tát của Thông giáo thì "Ta nói đó là không". Tánh tướng của cảnh giới Bồ Tát thuộc sáu độ của Biệt giáo tức "cũng gọi là giả danh". Tánh tướng của cảnh giới Phật chính là "cũng gọi nghĩa trung đạo". Bài kệ này tuy đơn giản mà tổng kết được ý chính, thu nhiếp nhiều ý nghĩa có thể thấy rõ.

B. Thiên Thai Trí Khải đã dùng Tam Đế để giải thích Sở Tri Chướng (Jneyavarana) như thế nào?

Thấu đạt viên lý là thiện, chấp vào viên lý là ác. Đây là giáo thuyết độc đáo của Pháp Hoa Tông.

Chấp tức Chướng. Sở Tri Chướng là một thuật ngữ quan trọng trong Phật giáo nói về cái thấy hư vọng làm chướng ngại cái thấy chân thực. Cũng trong tác phẩm này, Paul Swanson phân tích như sau đây. Vì đây là tác phẩm tôi đã phiên dịch từ nguyên tác Anh ngữ năm 2011 nên tôi xin được trích dẫn ngay trong bản dịch, tuy rằng phần trích dẫn rất dài nhưng sự phân tích của giáo sư rất rõ ràng:

"Như đã nói trên, khái niệm về Tam Đế là rường cột của Phật học Pháp Hoa Tông, đưa ra nền móng chú giải kinh

Phật. Chúng ta sẽ thấy Tam Đế được Thiên Thai Trí Khải dùng để giải thích Sở Tri Chướng (Jneyavarana) như thế nào.

Với Jneyavarana, Thiên Thai Trí Khải dùng hai chữ "trí chướng" 智障 là lối dịch trước thời Ngài Huyền Trang. Tôi đưa sang Anh ngữ là "wisdom-obstacle" với những lý do sẽ được nói rõ trong tập sách này. Tên gọi này không thường thấy trong các bản văn của Thiên Thai Trí Khải. Thực sự, cũng không hề thấy trong "Pháp Hoa Huyền Nghĩa" 法華玄義 và "Pháp Hoa Văn Cú" 法華文句. Sau cùng, chỉ thấy nói đến trong hai chương trong "Ma Ha Chỉ Quán" 摩訶止觀 là một tác phẩm lớn về lý thuyết và thực hành pháp thiền quán. Trong những trang tiếp theo, tôi đã phiên dịch hai đề mục trong "Ma Ha Chỉ Quán". Chúng ta sẽ thấy ngay rằng Thiên Thai Trí Khải đã giải thích Jneyavarana là chướng ngại đối với trí tuệ, và chướng ngại từ trí tuệ. Cả hai đoạn văn đều trích từ đề mục đại sư nói về pháp quán thứ tư trong mười pháp thiền quán, là một trong các đề mục chi tiết nhất và dài nhất trong tác phẩm này. Đại sư nói về Không quán 空觀, Giả quán 假觀, và Trung quán 中觀 như sau:

Trung quán (T46, 80bff), (81c12)... Thứ ba, tu tập đúng về pháp quán Trung đạo. Pháp quán này chính là diệt vô minh 無明. Vô minh lẩn lút, và khó nhìn thấy với mắt thường và với tri kiến biện biệt. Vậy thì làm cách nào người ta có thể quán cái vô minh này?

Thí dụ, như những pháp quán đã nói trước kia về chân 眞. Chân tánh không màu sắc, hình tướng, tăng giảm. Hành giả chỉ quán tâm từ căn, trần, thức; và dùng tứ cú phân tích ba tánh huyễn ảo của giả hữu, tu tập thiền định, chứng đắc tâm vô lậu. Đây gọi là "chân".

Tiếp theo, hành giả quán giả. Giả hữu được quán ra sao? Chỉ quán trí tuệ Không, và nhận ra rằng nó chẳng phải là không, và lần lượt quán tất cả tâm hành. Từ đây sinh con mắt pháp 法眼, biết được phương thuốc trị được tất cả các bệnh. Vì vậy nên gọi là quán giả hữu.

Đến đây, quán vô minh cũng giống như vậy. Khi quán, Không và Giả trí có từ hai pháp quán trên là cái từng được cho là "trí tuệ" trở thành vọng, và cần phải phá bỏ. Đây là lúc hành giả hướng về Trung đạo, vì thế trí có từ Không và Giả trở thành huyễn. Những huyễn vọng này là sự chướng ngại cho trí tuệ Trung đạo 中道, nên gọi là chướng ngại từ trí tuệ (trí chướng 智障).Vì loại trí [có từ Không và Giả] là sự chướng ngại đối với trí tuệ Trung đạo nên trí tuệ Trung đạo không thể phát sinh, vì thế nên gọi là chướng ngại đối với trí tuệ.

Ở đây, Thiên Thai Trí Khải có cả hai mặt: Sở Tri Chướng như trí tuệ là cái bị ngăn ngại, và như chính sự ngăn ngại.

Thí dụ, giống như sáu mươi hai loại biên kiến. Những biên kiến này mặc dù mang theo sự khôn ngoan và thông minh, nhưng tuệ tánh này là trí thế gian. Nếu hành giả mong cầu trí vô lậu, thì chính sự khôn ngoan này, cùng với những cái thấy sai lệch trở thành chướng ngại cái thấy chân thực. Cũng như vậy, trí tuệ nhị đế [Không và Giả hoặc chân đế và tục đế, hoặc paramarthasatya và samvrtisatya], cùng với vô minh, trở thành chướng ngại Trung Đạo. Đây gọi là "trí chướng" vì chỉ cho cả hai, cái gây chướng ngại, và cái bị chướng ngại.

Thiên Thai Trí Khải lại tiếp tục với những phân tích sự quán chiếu diệt vô minh [T46, 81c26-85b22]. Đại sư thêm một lần nữa, chọn nhiều bản văn có uy tín để luận về ý nghĩa Sở Tri Chướng. Điểm đặc biệt trong triết học của Thiên Thai Trí Khải một phần nằm ở sự kiện đại sư đưa tất cả những giáo lý Phật đà hiện có mặt tại Trung quốc thời bấy giờ vào một hệ thống hòa hợp. Rõ ràng rằng khi phân tích về Sở Tri Chướng, đại sư đã cố gắng đến với tất cả những ý tưởng đương thời như sau:

[85b22] ... Có nhiều lối hiểu và bất đồng ý kiến về trí chướng.

Phiền não là vọng nên chướng ngại giải thoát. Trí tuệ là sự minh giải 明解 thì vì sao người ta lại gọi là chướng ngại? [Trả lời] Có hai loại trí tuệ là "chứng trí" 證智 và "thức trí" 識智. Thức trí thì phân biệt, đi theo khái niệm, khác với thể tánh [của cái hiểu chân thực]. Vì nằm trong cái hiểu thuộc khái niệm nên gọi là [thể] trí. Vì luôn phân biệt, không như thể tánh [của cái hiểu chân thực], và ngăn che trí tuệ giác ngộ nên gọi là sự chướng ngại.

Cũng vậy, kinh nói rằng Phật từ chướng ngại mà đắc giải thoát. Kinh Đại Bát Niết Bàn nói: "Diệt được mê vọng hành giả đắc trí giải thoát. Diệt vô minh hành giả đắc tuệ giải thoát". Kinh Thập Địa Bồ Tát nói "mê vọng là tánh phiền não, vì vậy trí giải thoát là pháp đối trị phiền não chướng. Xa lìa tất cả vô minh và cấu nhiễm, thấy biết [sở tri 所知 - jneya] không ngăn ngại thì gọi là thanh tịnh tuệ. Thanh tịnh tuệ là tuệ giải thoát. Nếu chúng ta nói rằng những sự ngăn ngại đối với cái sở tri 所知 của trí 智 là trí chướng thì vô minh là chướng ngại đối với tuệ. Như vậy, thực sự thì vô minh là thể tánh của trí chướng.

"Nhập đại thừa luận" 入大乘論 nói rằng cái vô minh vi tế là trí chướng. Bậc thánh đã từ lâu diệt được vô minh thô, đó là trước diệt phiền não chướng. Cả hai đều là phiền não. Vì sao nói rằng vô minh là trí chướng? Vô minh là vọng hoặc đối với trí tuệ. Trí tuệ là thể tánh, với trí tuệ này người ta nói đến sự chướng ngại. Thí dụ, khi nói về cái gọi là "vô vi sinh tử" 無為生死, thì liên quan đến một sự chuyển dịch mà người ta dùng giả danh là "vô vi". Có bốn loại vọng hoặc có thể làm ngăn ngại trí tuệ. Tuy nhiên, những vọng hoặc này khác với trí tuệ, trong đó sự hiểu biết và mê mờ mà phiền não là thể tánh, thì không có cùng lúc. Vì thể tánh của nó như vậy nên gọi là phiền não chướng.

Cũng vậy, kinh Đại Bát Niết Bàn và Bồ Tát Thập Địa đã nói rõ sắc từ vọng 妄 sinh, tiếp tục thiêu đốt khiến tâm trí sinh não loạn và làm chướng ngại giác ngộ. Mặc dù chúng sinh bị vô minh che phủ, bản năng cang cường bởi vọng hoặc nên vọng hoặc là phiền não chướng. Vô minh là một cái gì thiếu sót, không hoàn hảo, thực sự đối nghịch với giải thoát. Bản chất của vọng hoặc, mặc dù khác với vô minh nhưng lấy vô minh làm nền tảng. Bản chất của vô minh là ngu si thì hẳn là làm chướng ngại trí tuệ. Vì là chướng ngại nên gọi là trí chướng.

Vô minh là cái mà kinh Đại Bát Niết Bàn và Nhập Đại Thừa Luận xác nhận làm chướng ngại giải thoát có hai loại: thứ nhất là mê lý 迷理, và thứ hai là mê sự 迷事. Cái nào trong hai cái trên là trí chướng? Kinh Bồ Tát Thập Địa nói rằng đối với hàng Nhị Thừa là những bậc đã đắc trí tuệ vô lậu, tri kiến về "ngã không" thanh tịnh được phiền não chướng; với chư Bồ Tát và chư Phật thì "pháp không" thanh tịnh được trí chướng. Nếu là như vậy thì đối với cả hai, mê lý là trí chướng. Tuy nhiên, nếu sự che ngăn của cái sở tri được gọi là trí chướng, mà tri kiến Phật là tri kiến đối với vạn vật đều vô ngại, thì trí chướng chỉ cho mê sự.

Nếu như vậy thì chúng ta kết luận như thế nào? Trí tuệ minh giải được cả lý và sự. Mặc dù với nghĩa này dường như có hai loại trí tuệ nhưng thể tánh thì không riêng biệt [tức chân lý không phải là một sự có mặt vượt ngoài thế giới hiện tượng này]. Vì vậy trí chướng và vô minh không hề có hai bản tánh, dù nói là hai nhưng không phải là hai.

Cũng vậy, nếu chúng ta nói rằng tâm trí 心智 là chướng ngại thì đây chỉ cho tâm trí phân biệt là sự phân tích sau rốt (khái niệm hóa đối tượng kinh nghiệm) Trí phân biệt này che ngăn cái thấy Như Thị khiến hành giả không đắc được chứng trí 證智. Dù cũng là trí, nhưng đây là thứ trí đưa đến chướng ngại. Diệt vọng niệm cũng là diệt vọng tâm, đây là nghĩa "đoạn trí" 斷智. Nếu hành giả lìa được phân biệt thì trí chướng trở nên thanh tịnh.

Lý luận của Thiên Thai Trí Khải đôi khi không phải là dễ hiểu nhưng đại sư đã cố gắng cho thấy rằng cả vô minh và thiểu trí đều chướng ngại sự chứng đắc trí tuệ viên mãn như chư Phật, cũng như giải thích những lối nhìn khác nhau về Sở Tri Chướng trong các bản văn đương thời. Giải đáp của đại sư là diệt vọng, chứng được trí tuệ. Tuy nhiên, căn bản vô minh [advidyavasana] vẫn còn đó. Đây là chỗ làm chướng ngại Phật trí, tức trí tuệ Trung đạo. Cũng vậy, nếu hành giả vướng mắc vào cái trí thiếu sót có được từ việc diệt vọng tưởng [sinh ra phiền não], thì đây cũng làm chướng ngại sự chứng đắc trí tuệ viên mãn. Như vậy, cả hai vô minh và thiểu trí là cái làm chướng ngại, trí tuệ viên mãn là cái bị chướng ngại.

Giải thích ý nghĩa của Jneyavarana là một vấn đề phức tạp đã đưa ra nhiều câu hỏi quan trọng. Jneya và 智 (trí) nên được hiểu là kiến thức, trí tuệ hoặc gần gũi hơn là "sở tri". Sự khác biệt giữa kiến thức và trí tuệ là gì? Cái chứa đựng trong Jneya là gì? Mục tiêu chứng đắc hoặc sự chướng ngại Bồ đề là gì? Cái hàm súc ẩn chứa có tính cách lý thuyết và thực hành theo với sự giải thích về Jneyavarana như một chướng ngại đối với cái biết hoặc chính từ cái biết là gì? Như chúng ta đã thấy, các bản văn thuộc các phái Trung quán và Du già đưa ra nhiều cách giải thích khác nhau.

Chúng ta có thể đi đến những kết luận giản lược sau đây liên quan đến sự giải thích về Sở Tri Chướng của Thiên Thai Trí Khải:

1. Jneyavarana [trí chướng 智障] được giải thích trên nền tảng Tam Đế của đại sư. Thực chứng trí tuệ trung đạo viên mãn đối lại với trí tuệ chưa viên mãn [vì chỉ đặt trên Không và Giả].

2. Thiên Thai Trí Khải dẫn chứng kinh Đại Bát Niết Bàn, Bồ Tát Thập Địa, và Nhập Đại Thừa Luận để nói rằng những chướng ngại căn bản vô minh vẫn còn lại sau khi phiền não [klesas] đã diệt. Đỉnh cao của trí tuệ trung đạo (là chỗ hội tụ của trí tuệ về Không và Giả) chứng được qua pháp quán về vô minh và những thứ trí thiếu sót nói trên.

3. Sự chứng đắc có từ Không quán và Giả quán được gọi là "trí tuệ" vì nó hiển lộ một cái hiểu vượt bậc. Tuy nhiên, nếu hành giả dừng lại đây thì thứ trí này lại trở thành vọng, và che ngăn sự chứng đắc trí tuệ viên mãn.

4. Tóm lại, sở tri chướng được hiểu qua hai cách:

a. Cái hiểu thiếu sót hoặc thô thiển [dù cũng là trí] chướng ngại trí tuệ viên mãn, căn bản vô minh hoặc tập khí vẫn tồn tại sau khi phiền não diệt.

b. Sự chứng đắc trí tuệ viên mãn bị chướng ngại.

Vì vậy, trí chướng chỉ cho cái làm chướng ngại trí tuệ viên mãn, và cái trí tuệ bị chướng ngại."

Tôi nghĩ rằng một trong các sự phá trí chướng (Chấp) hy hữu được truyền tụng trong lịch sử văn học Trung quốc, Việt Nam, và một số các nước láng giềng, là câu chuyện Bá Di, Thúc Tề. Đa số người đọc lịch sử nhà Chu thường cho rằng đây là câu chuyện đề cao lòng trung quân của Bá Di, Thúc Tề khi hai người lên non ở ẩn, từ chối cộng tác với Chu Vũ Vương, và không ăn lúa gạo trên mảnh đất của nhà Chu vì Chu Vũ Vương phạm tội thí quân (giết vua Trụ và Đắc Kỷ). Sau cùng hai người phải chịu chết đói hoặc chết cháy trong rừng. Trung tín quả thật là một đức hạnh rất đáng được tuân phục và đề cao, không những chỉ trong Nho giáo mà với bất cứ nền tảng đạo đức hoặc tôn giáo nào khác. Tuy nhiên, theo câu chuyện này thì sự dâng hiến lòng trung tín đã không được trao tặng đúng người, đúng thời. Lịch sử ghi lại những tội ác rợn người của Trụ vương và Đắc Kỷ như chẻ xương người lấy tủy, mổ sống bụng sản phụ xem bào thai v.v... song song với câu chuyện về lòng trung quân của Bá Di, Thúc Tề đối với Trụ vương. Nếu khéo nhìn thì đây chính là hai vị Bồ Tát đã thực hành nghịch hạnh để phá bỏ cái chấp sâu dày của các tầng lớp Nho sĩ từng được gọi là "hủ nho". Hai chữ "trung quân" trở thành một thứ gông cùm đã xiềng xích tư tưởng những kẻ thích đua đòi theo văn tự, nhãn hiệu, và đã phụ bạc biết bao anh hùng hào kiệt trong cái xã hội đa đoan thời bấy giờ. Đây cũng là cái gọi là sở tri chướng sở tri vậy.

Theo như dàn bài tôi đã trình bày ở trang Mục Lục, có thể người đọc sẽ tự hỏi:

- Phật dạy rằng do đại sự nhân duyên mà Ngài ứng thân hóa hiện trên thế gian, dùng bao nhiêu pháp môn phương tiện từ Tam thừa quy về Nhất thừa để chỉ rõ Phật tri kiến, tức Thực pháp, từ nhỏ đến lớn, từ thấp lên cao, phá Quyền, hiển Thực. Ngay cả Tạng giáo, Thông giáo, Biệt giáo mà chỉ được xem là quyền giáo. Nay sao lại đưa ra đề mục về Thánh Đạo, chẳng khác nào đi ngược chiều, tức là từ lớn về nhỏ, từ cao xuống thấp chăng?

Xin đáp: Câu hỏi trên thật là sai lầm. Vì sao?

Thứ nhất, dù là người đang tu học hoặc nghiên cứu về Phật pháp đều biết rõ câu chuyện Đức Thích Ca đắc pháp dưới cội Bồ Đề, chư thiên hiện ra thỉnh cầu Phật lưu lại thế gian thuyết đạo dìu dắt chúng sinh. Đức Thích Ca nghĩ đến chư Phật trong quá khứ từng hết lời ca ngợi pháp môn phương tiện tùy theo căn tánh hóa độ chúng sinh nên Ngài đi về vườn Lộc Uyển, giảng bài pháp Tứ Diệu Đế đầu tiên cho các vị Kiều Trần Như. Đó là bước đầu trong việc mở ra Quyền Pháp tức pháp môn phương tiện để chờ đợi cơ duyên chúng sinh thuần thục mà hiển bày Thực Pháp, cho dù sự chờ đợi cơ duyên đó kéo dài suốt 40 năm thời Phật Thích Ca tại thế, hay là kéo dài đến A tăng kỳ kiếp không tính kể ở các cõi nước khác. Kinh Pháp Hoa, phẩm Phương Tiện, ghi lại như sau:

"Xưa Ta ngồi đạo tràng, xem cây cùng kinh hành, trong 21 ngày suy nghĩ việc như vầy: Trí tuệ mà Ta được, vi diệu vào bậc nhất. Các chúng sinh độn căn, mù lòa vì tham sân si như thế, làm cách nào hóa độ? Lúc đó, các Phạm Vương, Đế Thích, Tứ thiên vương, trời Đại Tự Tại và trăm ngàn vạn quyến thuộc các cõi Trời khác đồng cung kính chấp tay đảnh lễ thỉnh Ta chuyển pháp luân. Ta liền tự suy nghĩ: Trong khi chúng sinh đang chìm đắm nơi bể khổ, nếu Ta chỉ khen ngợi Phật thừa thì chúng sinh không thể tin hiểu được pháp này. Vì không tin hiểu nên sẽ phá bỏ mà đọa vào ba đường ác, nên Ta thà không nói pháp mà nhập Niết Bàn. Lúc bấy giờ Ta liền nhớ đến chư Phật trong quá khứ đã dùng pháp phương tiện mà hóa độ chúng sinh. Nay Ta đắc được đạo cũng nên vì chúng sinh mà nói pháp tam thừa. Khi Ta nghĩ như vậy, tức thì chư Phật khắp mười phương đồng hiện ra, dùng Phạm âm vi diệu mà nói lời rằng: "Hy hữu thay, Đức Phật Thích Ca, đấng đạo sư bậc nhất! Đã được pháp vô thượng nay thuận theo tất cả chư Phật mà dùng pháp phương tiện. Chư Phật đều ngay trong pháp tối diệu, vì chúng sinh mà phân biệt nói thành tam thừa cũng bởi vì trí chúng sinh hèn kém, ưa thích pháp nhỏ, chẳng tự tin mình sẽ thành Phật cho nên dùng phương tiện, phân biệt nói các quả vị."

Những dòng kinh trên cho thấy sự quan trọng và cần yếu của pháp phương tiện.

Thứ hai, như lời chư Phật, pháp môn phương tiện cực kỳ vi diệu trong việc thuyết giáo khế hợp căn cơ chúng sinh. Cho nên khi nói Tam thừa quy về Nhất thừa, phá Quyền hiển Thực v.v… đều không có ý trọng Thực khinh Quyền, nhất là trong lúc người học Phật chưa chứng nhập được Thật Tánh. Hơn nữa, thực chất của Thánh Đạo đối chiếu với Diệu cảm ứng, Diệu thần thông, và Phổ hiện sắc thân tam-muội theo

Tích môn Thập Diệu của Thiên Thai Trí Khải sẽ được trình bày trong các chương sau. Thêm vào đó, xin trích dẫn lời của Tổ Trạm Nhiên (711-782) nói khi chú giải về Quyền pháp và Thực pháp trong "Pháp Hoa Huyền Nghĩa Thích Tiêm":

"Người thực hành thời nay hoặc là luôn luôn chú trọng vào Lý thì nói rằng mình giống như Thánh, chấp lấy Thật bài báng Quyền, hoặc là luôn luôn chú trọng đến Sự thì suy ra công ở địa vị cao cho nên bài báng Thật chấp nhận Quyền. Đã ở trong thời kỳ cuối cùng mà không suy nghĩ về thánh chỉ thì có ai không rơi vào hai sai lầm này. Hàng phàm phu do bệnh Kiến Hoặc và Tư Hoặc nặng nề, chấp vào Thật pháp mà phỉ báng Phương tiện. Nếu không có phương tiện khéo léo để điều phục chúng thuần thục thoát ra khỏi mê lầm thì sao gọi là cảnh trí viên dung vi diệu? Ví như họa sĩ còn có thể kết hợp năm loại màu sắc để tạo ra nhiều tranh tượng, huống hồ Phật là bậc pháp vương đối với các pháp luận tự tại mà lại không thể biến hiện ra nhiều hình tướng mà điều phục chúng sanh hay sao!"

C. Sở tri chướng đối với Thánh đạo:

Đến đây, có người hỏi: "Kinh Pháp Hoa nói 'vô lượng nhập vào một' tức là quy tụ ba loại Quyền trở về một Thực là Vô Tác. Tuy là Quyền pháp nhưng quả vị của các quyền giáo này đều là La Hán, Bích Chi Phật, và Bồ Tát. Quả vị của Thánh Đạo là gì? Nếu là quả vị của người Trời thì kinh Phật dạy niệm Phật không niệm Thiên, người quy y Phật không quy y Thiên."

Xin đáp:

Thứ nhất, Thiên dịch là Trời. Trời ở đâu, có phải là dòng Thánh không mà được chúng sinh thờ tự, lễ bái, đắc quả vị gì sánh với các quả vị trong Phật giáo? Chúng ta đã biết pháp giới chia ra làm mười cõi nước: Địa ngục, Ngạ quỷ, Súc sinh,

Người, Trời, A tu la, Thanh văn, Duyên giác, Bồ Tát, và Phật.

Trong Đại Trí Độ Luận, quyển 22, nói:

"Hành giả khi chưa đắc đạo tâm tham đắm năm món dục cõi người nên Phật dạy niệm Thiên. Nếu đoạn được năm dục thì sinh lên cõi trời Sắc và Vô Sắc, nếu chưa đoạn được thì sinh lên sáu cõi trời Dục giới, ở đó có năm loại dục thanh tịnh vi diệu hơn. Tuy Đức Phật không muốn con người cầu dục nhưng vì những chúng sinh không kham nhận Niết Bàn mà dùng pháp khế cơ dạy họ niệm Thiên. Như con ông vua đứng ở chỗ cao nguy hiểm có thể đâm đầu xuống đất, vua sai người trải chăn nệm dày, khi rơi xuống còn có cơ hội sống được. Lại nữa, có bốn thứ Thiên là Danh Thiên, Sinh Thiên, Tịnh Thiên, và Tịnh Sinh Thiên. Danh Thiên như con vua, gọi là thiên tử. Sinh Thiên từ cõi Tứ Thiên Vương đến cõi Phi Hữu Tưởng Phi Vô Tưởng. Tịnh Thiên là bậc Thánh sinh ra trong loài người hoặc trong các cõi trời trong Dục giới, Sắc giới và Vô sắc giới. Đó là các bậc Tu Đà Hoàn, Tư Đà Hàm, A Na Hàm, và A La Hán. Tịnh Sinh Thiên trong Sắc Giới có năm bậc A Na Hàm, không sinh trở lại nhân gian nữa mà ở đó đắc quả vị A La Hán. Trong Vô Sắc Giới có bậc A Na Hàm đã rời cõi Sắc mà vào cõi ấy tu đạo vô lậu, khi đắc quả A La Hán thì nhập Niết Bàn." A La Hán còn có một tên gọi khác là Bất Sanh (Arhan) với nghĩa chư vị không vì nghiệp báo mà thọ sinh ở ba cõi. Hy hữu thay, hai chữ Bất Sanh này cũng là một tên hiệu khác của Như Lai, với nghĩa thường trụ, vô sinh vô diệt.

Đọc Pháp Hoa Huyền Nghĩa, quyển 4, phần Hạ, chúng ta thấy Thiên Thai Trí Khải nói rõ về các cõi Trời. Nếu người Trời tu thập thiện thuần thục, gia tăng việc tu tập thiền định thì có thể thăng tiến lên các cảnh giới cao hơn. Các quả vị trong ba cõi có cao thấp bất đồng vì nhân tu có sâu, cạn khác biệt. Đại sư ghi lại kinh Chánh Pháp Niệm nói rằng "có sáu vạn ngọn núi bao quanh núi Tu Di. Bốn phía núi Tu Di có trời Trì Mạn, nơi đây có mười trú xứ với mỗi trú xứ dài rộng một ngàn do tuần. Bốn trú xứ ở phương Bắc và các phương còn lại mỗi trú xứ có hai vị Trời cai quản. Phía Nam một là Bạch-ma-ni trong khoảnh khắc mười cái vỗ tay liền thọ nhận tam quy y. Nếu tâm không có tạp nhiễm thì sanh lên cõi trời này mà thọ nhận sự an vui. Nếu giữ giới không sát sanh thì sanh vào cõi trời Tứ Thiên vương. Nếu giữ giới không sát sanh và không trộm cắp thì sanh vào cõi trời thứ ba mươi ba. Nếu giữ thêm giới không dâm dục thì sanh vào cõi trời Diễm-ma. Nếu giữ thêm bốn thứ giới về khẩu thì sanh vào trời Đâu suất. Nếu lại giữ thêm giới của thế gian và tin tưởng phụng trì bảy giới của Phật thì sanh vào hai cung trời: Hóa Lạc và Hóa Tha. Do giữ giới thù thắng nên phước đức mạng sống của thân trời cũng chuyển biến thù thắng. Lại tùy tâm trì giới và tâm tư duy thù thắng nên phước của thân trời cũng chuyển biến thù thắng."

Sau khi dẫn chứng bài kệ 24:18 trong Trung Luận, Trí Khải nói: Phẩm tính của từng cõi trong sáu cõi [từ cõi địa ngục cho đến cõi trời] khế hợp với dòng kệ {nhân duyên sở sinh pháp}. Phẩm tính của các cõi nhị thừa [Thanh văn & Duyên giác] và Bồ Tát Thông giáo khế hợp với dòng kệ {Ngã thuyết tức thị Không}. Phẩm tính cõi Bồ Tát lục độ [Tạng giáo] và Biệt giáo khế hợp với dòng kệ {Diệc vi thị giả danh}. Phẩm tính cõi Phật khế hợp với dòng kệ sau cùng {Diệc thị Trung Đạo nghĩa}" (T46.695c15-18).

Chúng sinh trong sáu cõi Dục cảm nhận vạn sự vạn vật trong cái thấy có sinh có diệt nên dù là người có trí vẫn nhìn thế giới là vô thường mà không thấy rằng vô thường là pháp bất liễu nghĩa được Phật thuyết khế hợp với căn tánh chúng sinh trong sáu cõi này. Chư vị Thanh văn và Duyên giác cảm nhận thế giới không có tánh cố định, vì vậy nên nhìn thế giới là vô sinh vô diệt. Chư Bồ Tát nhìn vô lượng danh tướng trong thế giới như giả huyễn và giả danh. Chư Phật nhìn thế giới như thực tướng, bất khả tư nghị, tức Trung Đạo.

"Pháp Hoa Huyền Nghĩa" dùng chữ "thập giới hỗ cụ" 十 界互具 hoặc "một thực thể gồm thu muôn mặt của chân lý" (T33, 693c12-22), như Sư Trí Khải nói: "Một pháp giới chứa đựng đặc tính của thập như thị. Mười pháp giới có một trăm thập như thị. Cũng vậy, một pháp giới này chứa đựng chín pháp giới kia, vì vậy có một trăm pháp giới và một ngàn như thị". (T33, 693c16-18)

Đây chính là sự dung hợp và hỗ tương của thực tại trong vạn sự vạn vật.

Ngoài ra, theo những quy tắc trong Phật Giáo Đồ Tượng Học (佛教圖像學), tức là cách thức tạc vẽ các hình tượng của chư tôn dựa vào kinh điển và nghi quỹ, chia ra thành 5 bộ là Như Lai Bộ, Quán Âm Bộ, Bồ Tát Bộ, Minh Vương Bộ, và Thiên Bộ.

Riêng về Thiên Bộ, chúng ta thấy hình tượng chư Thiên là những vị thủ hộ Phật pháp.

Thiên gồm có: Phạm Thiên, Đế Thích Thiên, Chấp Kim Cang Thần, Tứ Thiên Vương, Đâu Bạt Tì Sa Môn Thiên, Cát Tường Thiên, Biện Tài Thiên, Kỹ Nghệ Thiên Nữ, Diêm Ma Thiên, Thủy Thiên, Ma Hê Thủ La Thiên, Đại Hắc Thiên, Thánh Thiên, Vi Đà Thiên, Thâm Sa Đại Tướng. Tiếp đến là Long Vương, Dạ Xoa, Càn Thát Bà, A Tu La, Ca Lâu La, Khẩn Na La, Ma Hầu La Già.

Thứ hai, kinh Pháp Hoa, phẩm thứ Tám và thứ Chín "Phật thọ ký cho hàng Hữu học và Vô học", ghi lại sự việc Đức Phật thọ ký cho Ngài Phú Lâu Na là người đệ tử mang dáng vẻ Thanh Văn nhưng đó chỉ là "phương tiện làm lợi ích cho vô lượng muôn nghìn chúng sinh, hóa độ người trong vô lượng a tăng kỳ kiếp, khiến cho họ trụ quả vị Vô thượng chánh đẳng chánh giác. Vì tịnh cõi Phật nên thường làm Phật sự

27

giáo hóa chúng sinh". Ngài được Phật thọ ký sẽ thành Phật hiệu là Pháp Minh Như Lai, Ứng Cúng, Chánh Biến Tri, Minh Hạnh Túc, Thiện Thệ Thế Gian Giải, Vô Thượng Sĩ, Điều Ngự Trượng Phu, Thiên Nhân Sư, Phật Thế Tôn. Đến 1250 vị tỳ-kheo cũng được thọ ký, trong đó có Ngài Kiều Trần Như là hậu thân của vua Ca Lợi là người đã chặt đứt lìa thân thể của tiền thân Đức Thích Ca khi Ngài là một vị Tiên tu hạnh nhẫn nhục. Sau đó Phật thọ ký cho 500 vị đệ tử là các bậc A La Hán như Ưu Lầu Tần Loa Ca Diếp, Già Gia Ca Diếp, Nan Đề Ca Diếp… đều sẽ đắc quả vị vô thượng chánh đẳng chánh giác, đều đồng một danh hiệu là Phổ Minh. Rồi đến các bậc hữu học và vô học như Ngài La Hầu La, Bà Da Du Đà La, Kiều Phạm Ba Đề, Ngài A Nan…. đều được thọ ký thành Phật.

Bài kệ Phật trùng tuyên sau đây có những câu rất quan trọng nói về các bậc thánh ứng hóa làm chúng sinh cõi Dục hoặc làm chư thiên các cõi. Phật và Bồ Tát vì muốn lợi ích cho chúng sinh mà hiện nhiều thân tướng sai biệt, chẳng khác nào những dấu ấn chứng minh cho sự cần yếu của pháp môn phương tiện bất tư nghì mà chư Phật trong hằng sa thế giới đã tán thán:

> *"Các Tỳ khưu lắng nghe*
> *Đạo của Phật tử hành*
> *Vì khéo học phương tiện*
> *Không thể nghĩ bàn được.*
> *Biết chúng ưa pháp nhỏ*
> *E sợ nơi trí lớn*
> *Cho nên các Bồ Tát*
> *Làm Thanh Văn, Duyên giác.*
> *Dùng vô số phương tiện*
> *Độ các loài chúng sinh*
> *Tự nói là Thanh Văn*
> *Cách Phật đạo rất xa…"*

Đây chính là pháp phương tiện khế cơ đã nói ở trên, cho nên người chấp lấy giả danh, giả tướng để phân lượng quả vị cao thấp thì rất đỗi sai lầm.

Mười năm trước (2008) tôi đã biên dịch hai phẩm kinh này và 26 phẩm khác của kinh Pháp Hoa dưới hình thức thi kệ như sau:

Mãn-Từ-Tử, bậc biện tài đệ nhất
Lắng nghe từ kim khẩu Đức Như Lai
Nhân duyên kia muôn kiếp cũng là đây
Tự mình tạo rồi tự mình thọ nhận.
Đảnh lễ Phật, gối quỳ, đầu chấm đất
Mắt chẳng rời chiêm ngưỡng nét dung nghi
Lòng nghĩ rằng: Hy hữu! Hy hữu thay!
Trí thánh chúa vì chúng sinh quyền biến.
Công đức Phật mở bày ra phương tiện
Tùy thuận theo chủng tính của thiên, nhân
Chiếc lá dương vàng úa, tưởng vàng cân
Trí huệ Phật không ngôn từ diễn nói.
Phật dạy rằng: Người biểu dương chánh pháp
Đạt ngôn từ vô ngại thuở lâu xưa
Phú-Lâu-Na, trì tụng pháp nhị thừa
Như phương tiện độ hằng muôn thánh chúng.
Trụ pháp Không, được tứ vô sở úy
Hạnh Bồ Đề đầy đủ bậc thần thông
Giáo hóa người làm đại bửu nghiêm thân
Tịnh cõi Phật, tức tịnh tâm người vậy.
Kiếp Bửu Minh, nước tên là Thiện Tịnh
Hạnh viên thành, Phật hiệu Đức Pháp Minh
Cõi nước kia vô lượng đại tam thiên
Cây bảy báu, ngọc châu làm lầu các.
Đường trần thế bụi hồng pha áo bạc
Lối thiên tiên cỏ biếc điểm hài xuân
Đất ngó trời, sông núi giải phù vân

Thân tùy ý thọ sinh như biến hóa.
Vui nghe pháp, tâm an trăng thiền tọa
Bậc Thanh Văn, Bồ Tát số khôn cùng
Chốn già lam lại tùy hạnh làm Tăng
Pháp trụ thế trải hằng vô lượng kiếp.

Kiều-Trần-Như, khi xưa vườn Lộc Uyển
Ngộ khách trần chứng được quả Thanh Văn
Đã nhiều đời nghe pháp, ứng hóa thân
Lìa sắc tướng là tịnh tu phạm hạnh
Không tham tiếc tâm an vui thiền định
Không chán lìa sinh tử gọi chân tăng
Không thế tình, không ngã cũng không nhân
Đắc vô ngã, thân tức là đạo vậy!

Chánh trì giới là trì vô trụ giới
Thân đã không thì tất cả cũng không
Quán tánh Như của sắc, thấy Phật thân
Chẳng chấp sắc đó gọi là bố thí.
Đệ tử Ta- một nghìn hai trăm vị
Sẽ tựu thành Phật quả, hiệu Phổ Minh

Lúc bấy giờ các vị đại tỳ khưu
Tâm hoan hỷ, từ chỗ ngồi đứng dậy
Áo bày vai, gối quỳ, đầu mặt lạy
Tự trách rằng: Chẳng khác gã say kia,
Đêm rượu tàn, châu buộc áo mang về
Thân khổ nhọc, chân mòn đường gió bụi.
Ngày gặp lại, người bạn nhìn tự hỏi
Ngọc xưa trong vạt áo vẫn còn đây
Trân bảo kia vốn có, chẳng rời tay
Không tự biết, chọn sống đời du tử.
Phật trong thân - như đá kia giấu ngọc
Như sen vàng khép cánh dưới bùn đen

30

Như tượng vương tiếng rống động tam thiên
Như sư tử cuộn mình, chân dõng dạc
Cổng rừng thiền ai cài liềm trăng bạc
Am tranh xưa ai đóng cửa thành băng
Ân lão bà, ngọn đuốc hóa Phật đăng
Pháp thân hiện ánh vàng tươi biển lửa
Thọ sinh thân, đại ân và đại nghĩa
Đại tâm từ kiên cố độ chúng sinh
Năng, sở không- chẳng tử cũng chẳng sinh
Không sinh tử, hỏi ai lìa sinh tử.

Lúc bấy giờ người trong dòng Thích tử
Ngài A-Nan là thị giả xưa nay
La-Hầu-La là pháp tử Như Lai
Cùng đứng dậy dưới chân quỳ đảnh lễ
Liền bạch rằng: Quen lời kinh, tiếng kệ
Pháp Như Lai trì niệm thuộc nằm lòng
Một lần nghi bảy chỗ hỏi tìm Tâm
Xót trí cạn dạy Lăng-Nghiêm tam-muội
Ngày gặp Phật giữa bụi vàng trần giới
Thấy báu thân thanh tịnh tựa lưu ly
Nương bóng từ, lìa ái dục quy y
Nay dưới bệ mong chờ lời thọ ký.

Lúc bấy giờ hai nghìn người đệ tử
Đồng chắp tay chiêm ngưỡng đấng Thế Tôn
Phật dạy rằng: Sơn-Hải-Tuệ-Tự-Tại-Thông-Vương
Là Phật hiệu sau nhiều đời thọ pháp
Phật thọ lượng muôn A tăng kỳ kiếp
Chánh pháp và tượng pháp cũng hằng muôn
Cõi Phật tên là Thường-Lập-Thắng-Phan
Kiếp được gọi là Diệu-Âm-Biến-Mãn
Phật mười phương ngợi khen công đức tạng
Thương chúng sinh nên thọ mạng dài lâu

Gieo nhân duyên Phật đạo, đất thành châu
Lưu ly trải chân người theo dấu Phật.
Quỳ dưới bệ, sơ-phát-tâm Bồ Tát
Tám nghìn người nghe Phật khởi lòng nghi
Lại nghĩ rằng pháp Phật bất tư nghì
Nhân duyên lạ, Thanh Văn nay thành Phật.

Phật dạy rằng: Ta siêng tu chánh pháp
Thuở lâu xưa thời Đức Phật Thông-Vương
A-Nan ưa học rộng, thích cú chương
Thông pháp tạng của ba đời chư Phật
Do bản nguyện giáo hóa hàng Bồ Tát
Nguyện lực thành Phật lực cũng do Tâm.
Ngài A-Nan nghe Phật khởi vui mừng
Lòng chợt nhớ nghìn muôn đời quá khứ
Từng theo Phật, từng hộ trì chánh pháp
Ứng thân làm thị giả của Như Lai.

Lại dạy rằng: Vô lượng kiếp vị lai
Làm pháp tử của hằng muôn chư Phật
Lòng cầu đạo sẽ tựu thành chánh giác
Phật hiệu là Đức Đạo-Thất-Bảo-Hoa
Chí tâm tu, hạnh kín La-Hầu-La
Người trần thế khó lòng nhìn rõ được.
Cõi trang nghiêm là quả vô lượng đức
Chánh pháp và tượng pháp cũng vô biên.

Lúc bấy giờ Phật lại bảo A-Nan
Nghìn Phật tử hữu học và vô học
Sẽ thành Phật, thọ mạng đồng một kiếp
Đồng hiệu là Phật Bảo-Tướng Như Lai
Sức thần thông phương tiện độ muôn loài
Mười phương Phật đồng diệu âm viên mãn.

(Trích thi tập Muôn Pháp Hội Trổ Một Hoa Vô Tướng, Từ Hoa Nhất Tuệ Tâm biên dịch, Phương Đông xuất bản 2008).

Tóm lại, có những bậc Thánh sinh ra trong loài người hoặc trong các cõi trời trong Dục giới, Sắc giới và Vô sắc giới. Phật thọ ký cho chư Thanh văn đều có thể thành Phật thì chúng sinh ở các cõi nước cũng không khác.

Trở lại câu hỏi người quy y Phật thì không quy y Thiên. Quy y có nghĩa là quay về nương tựa vào tam bảo Phật Pháp Tăng. Trong tam bảo, quan trọng nhất là Pháp, tức lời Phật dạy. Nếu bất cứ hình tướng nào, bất cứ cõi nước nào, dù là Thiên hay phi Thiên thể hiện được Pháp Bảo của chư Phật thì không có gì lỗi lầm nếu người học Phật nương về nơi đó để cầu pháp Phật và hộ trì pháp Phật. Nếu chúng ta chỉ lấy màu áo hơn là lấy đạo hạnh làm tiêu chuẩn quy y thì e rằng người và nơi chốn mà chúng ta nương về lại không thể hiện được chánh pháp trong đường hướng tu hành của họ.

Hơn nữa, trong bản nguyện thứ 19 của Đức Phật A Di Đà, ngài nguyện thị hiện thân nơi biên địa, tùy phương tiện mà thích nghi trong việc hóa độ chúng sinh, gọi là phương tiện hóa thân. Phẩm Phổ Môn, kinh Pháp Hoa nói về Bồ Tát Quán Thế Âm với 32 ứng hóa thân; phẩm Nhập Pháp Giới, kinh Hoa Nghiêm nói về con đường cầu đạo của Thiện Tài Đồng Tử với 52 ứng thân của chư vị Bồ Tát, chư thánh, chư thiên v.v... cho chúng ta thấy rằng tánh tướng của các pháp trong ba ngàn thế giới quả nhiên đầy đủ trong một niệm gọi là "nhất niệm tam thiên" của Thiên Thai Trí Khải.

Ma Ha Chỉ Quán, quyển 5 nói: "Cõi nước Phật, Bồ Tát tánh, tướng, thể, lực... xét rằng một tâm đầy đủ mười pháp giới, một pháp giới lại đầy đủ mười pháp giới tức một trăm pháp giới, một giới có đủ ba mươi thứ thế gian, một trăm pháp giới tức có đủ ba ngàn thứ thế gian. Ba ngàn này ở trong một niệm tâm, nếu vô tâm thì thôi, còn có tâm thì có đủ ba ngàn, cũng không nói nhất tâm ở trước, tất cả pháp ở sau, cũng không nói tất cả pháp ở trước, nhất tâm ở sau. Như tám tướng biến đổi vật, vật ở trước tướng, vật không bị đổi dời, tướng trước vật cũng không bị đổi dời, trước cũng không thể, sau cũng không thể, chỉ là vật luận tướng biến đổi, chỉ tướng đổi dời luận về vật, nay tâm cũng giống như vậy. Nếu từ nhất tâm sinh tất cả pháp, đây là chiều dọc; nếu tâm nhất thời bao gồm tất cả pháp, đây là chiều ngang. Dọc cũng không thể, ngang cũng không thể. Chỉ tâm là tất cả pháp, tất cả pháp là tâm, chẳng dọc, chẳng ngang, cái không thể dùng thức để hiểu, cái không thể dùng lời để nói, do vậy gọi là cảnh bất khả tư nghì, ý là ở đây".

Như vậy, tâm niệm của chúng sinh như một dòng luân chuyển, qua tất cả mười pháp giới. Nếu khởi tâm niệm bỏn xẻn tham sân ngu muội thì chúng ta đang làm bạn với cảnh giới địa ngục, ngạ quỷ, súc sinh. Nếu khởi tâm niệm vô trụ, vô chấp, thênh thang vô ngại như mây bay không lưu dấu vết, lấy đại từ đại bi làm mạch sống thì đó là cảnh giới của bát-nhã ba-la-mật. Trong dòng mây vô định đó có đủ thập như thị: tánh, tướng, thể, lực, tác, nhân, duyên, quả, báo, bản mạt cứu cánh hợp lại thành 1.000 như thị, phối hợp với ngũ ấm, chúng sinh, và quốc độ thành 3.000 thế gian. Nhất niệm tam thiên là nghĩa ấy.

Khái niệm về nhất niệm tam thiên ví như chiều rộng của cuộc hành trình trong khi nhất tâm tam trí là chiều sâu của cuộc hành trình. Tam trí là Nhất Thiết Trí, Đạo Chủng Trí và Nhất Thiết Chủng Trí. Nhất Thiết Trí là trí tuệ của Thanh Văn, Duyên Giác; Đạo Chủng Trí là trí tuệ của Bồ Tát và Nhất Thiết Chủng Trí là trí tuệ Phật. Thiên Thai Trí Khải thừa tự giáo pháp của tôn sư là Nam Nhạc Tuệ Tư khi ngài y theo Đại Trí Độ Luận (quyển 27), tin rằng tu tập pháp Nhất Tâm Tam Quán (Không, Giả, Trung như đã nói trên) sẽ chứng được Tam Trí. Như vậy, có thể nói rằng quán tưởng là nhân mà hiện thân là quả. Nếu nói qua một lãnh vực khác thì chúng ta có thể thấy trong 16 pháp quán nói trong kinh Vô Lượng Thọ khiến hành giả có thể vãng sinh Tây Phương Cực Lạc.

Một niệm của phàm nhân còn có thể qua ba ngàn thế giới thì con đường du hóa của các bậc trí đối với chúng sinh vì không rõ nên có thể hoài nghi. Cho nên sự sai lầm khi cố chấp vào thanh sắc là điều Phật dạy rất rõ trong kinh Kim Cang: "Nếu dùng sắc thấy ta, dùng âm thanh cầu ta, người ấy theo đạo tà, không thấy được Như Lai".

Hai chữ thanh sắc nên được hiểu rộng như vậy thay vì chỉ nhìn vào hình tướng tu hành như chuông mõ, áo khăn của chùa am mà lên án là người tu chấp tướng, khiến có thể đi đến chỗ bài bác nhân quả. Tuy là như vậy, nhưng cũng không thể phóng túng, thừa nhận tất cả những hình tướng lố lăng không mang lại lợi ích cần thiết trên con đường tu tập. Không lấy không bỏ chính là Trung Đạo.

Đó là về mặt hình sắc. Về mặt văn tự thì lại càng đưa ra nhiều vấn đề hơn trong việc người học Phật chấp nhận hay không chấp nhận một bản kinh văn, với dấu hỏi rằng bản kinh văn ấy có phải từ kim khẩu Phật thuyết ra hay không, có phải là bản dịch từ nguyên gốc tiếng Phạn hay không, có phải mở đầu với bốn chữ "tôi nghe như vầy" hay không v.v…

Trong số mục lục kinh điển còn lưu truyền có sớm nhất như Xuất tam tạng ký tập (T55, no. 2145, 1-114), Tùy chúng kinh mục lục (T55, no. 2146, 115-149), Lịch đại tam bảo ký (T55, no. 2034, 22-128), Chúng kinh mục lục (T55, no. 2147, 150-179), Đại đường nội điển lục (T55, no. 2149, 219-342) và Khai nguyên thích giáo lục (T55, no. 2154, 477-699), các nhà nghiên cứu Đông phương cũng như Tây phương cũng đã đưa ra nhiều dấu hỏi về sự chính xác của các danh sách này. Mặc dù các danh sách nói trên được biên soạn dưới lệnh của triều đình nhưng danh sách các bản văn được công nhận là chánh văn và danh sách các bản văn bị nghi ngờ là ngụy tác cũng không giống nhau. Thí dụ, trong danh sách "Tùy chúng kinh mục lục" được triều đình ra lệnh biên soạn vào năm 589 đưa ra nhiều bản kinh ngụy tác mặc dù các bản kinh này có tầm vóc và ảnh hưởng quan trọng đã được lưu truyền lâu dài trong lịch sử Phật giáo Trung Hoa.

Đại Trí Độ Luận nói: "Phật pháp không chỉ là những chữ và lời được Đức Phật nói ra, mà tất cả những ngôn từ chân thực, thiện lành, sâu xa, và an lạc trong thế giới này đều nằm trong Phật pháp" (T25, 66b2-3).

Phần III.

Vai trò cầu pháp và hộ pháp của chư thiên qua các buổi vấn đạo thời Phật tại thế

A. Đối chiếu với *Quyền pháp, Thực pháp và Tứ Tất Đàn*

Tứ Tất Đàn là bốn phương thức chư Phật dùng để hóa độ chúng sinh tất cả căn cơ. Theo định nghĩa, tất là tất cả, đàn là bố thí. Tất đàn là bố thí rộng lớn khắp cả căn tánh chúng sinh từ bậc đại trí đến hàng hạ liệt.

Có bốn loại tất đàn: Thế tục tất đàn, Vị nhân tất đàn, Đối trị tất đàn, và Đệ nhất nghĩa tất đàn.

Trong bốn tất đàn thì chúng ta có thể thấy rõ ba tất đàn đầu thuộc Quyền giáo, tức không phải cứu cánh. Riêng Tất Đàn thứ tư là Thực giáo, tức Đệ Nhất Nghĩa. Thật sự, khi đã dùng ngôn tự để chuyển đạt việc giáo hóa thì tạm nói rằng tất cả đều là Quyền pháp. Tuy nhiên, Quyền pháp không phải là một cái gì kém giá trị hơn Thực pháp như đã nói ở các trang trên. Về điểm này xin được trình bày rộng hơn ở đề mục thứ VII - Nhiều Đường Vào Thực Tướng.

1. Quyền giáo, thế tục tất đàn: Phật tùy thuận lối hiểu thông thường của trí thế gian mà nói nghĩa nhân duyên cho nên gọi là thế tục. Chư thiên cũng tùy thuận theo trí tuệ hạn hẹp của các cõi Trời thấp, và trí tuệ của người thế gian nên trước Phật vì họ mà vấn đạo khiến muôn loài lợi ích. Tuy rằng chưa lập tức phá ác sinh thiện nhưng được pháp hỷ đầy đủ.

Kinh Thiên Thỉnh Vấn, Ngài Huyền Trang dịch, ghi lại như sau:

"Tôi nghe như vầy: một thời kia đức Thế Tôn ở nơi vườn của ông Cấp-Cô-Độc, trong rừng Thệ Đa, nước Thất-La-Phạt (Sràvasti). Khi ấy, có một người Trời dung-nhan đẹp lạ, vào khoảng giữa đêm, thân tới nơi Phật, đỉnh lễ chân Phật, rồi đứng lui về một bên. Vị Thiên nhân ấy uy quang rực rỡ, soi sáng khắp cả vườn rừng Thệ Đa. Bấy giờ vị Thiên nhân kia nói ra bài tụng vi diệu, thỉnh vấn Đức Phật:

Gì là dao gươm sắc? Gì là thuốc độc? Gì là lửa cháy bừng? Gì là tối mù mịt?

Khi ấy đức Thế Tôn cũng dùng bài tụng đáp lại vị Thiên nhân kia:

Lời thô: dao gươm sắc, Tham dục: thuốc độc, Lửa giận cháy bừng, Vô minh tối mù mịt.

Thiên nhân lại thỉnh vấn:

Người nào là được lợi? Người nào là mất lợi? Gì là giáp trụ bền? Gì là dao gậy tốt?

Đức Thế Tôn đáp:

Người cho là được lợi. Người nhận là mất lợi. Nhẫn là giáp trụ bền. Tuệ là dao gậy tốt.

Thiên nhân lại thỉnh vấn:

Gì gọi là giặc cướp? Gì là của Trí nhân? Gì mà trong cõi người cõi trời cho rằng hay cướp bóc?

Đức Thế Tôn đáp:

Nghĩ tà là giặc cướp. Giới là của Trí nhân. Trong các cõi trời người, phạm giới là cướp bóc.

2. Quyền giáo, vị nhân tất đàn: Còn gọi là Sinh Thiện tất đàn, Phật vì muốn khai phát thiện căn vốn có của người nghe pháp mà dùng tất đàn này khi thuyết pháp khiến chúng sinh sau khi nghe kinh thì ưa thích làm điều thiện.

Thiên nhân lại thỉnh vấn:

Vật gì lửa không cháy, gió cũng chẳng xé tan; nước không làm mục nát, lại phù trì thế gian? Gì cùng vua chống giặc, dũng mãnh kháng cự, không bị nhân, phi nhân xâm đoạt?

Đức Thế Tôn đáp:

Phúc, lửa không cháy được. Gió cũng chẳng xé tan. Phúc, nước không làm mục, thường phù trì thế gian. Phúc, cùng vua chống giặc, dũng mãnh kháng cự, không bị nhân, phi nhân xâm đoạt.

Thiên nhân lại thỉnh vấn:

Con nay còn ngờ vực. Thỉnh Phật trừ đoạn. Đời nay đến đời sau, ai tự dối cực độ?

Đức Thế Tôn đáp:

Người có nhiều của báu mà không hay tu phúc. Đời nay đến đời sau, họ tự dối cực độ.

Bấy giờ, người Trời kia nghe Phật Thế Tôn nói kinh này rồi, vui mừng hớn hở, ngợi khen chưa từng có, đảnh lễ chân Phật và liền ngay trước Phật hốt nhiên biến mất.

3. *Quyền giáo, đối trị tất đàn:* Còn gọi là Đoạn Ác tất đàn, Phật vì muốn phá ác tâm của người nghe pháp ví như vì người bệnh mà ban cho diệu dược, đối trị các phiền não sân hận, mê đắm của chúng sinh, khiến họ tránh sinh tâm ác.

Kinh "Ta-Miệt-Năng-Pháp Thiên Tử thọ tam quy y khỏi sinh vào ác đạo", Đại sư Pháp Thiên đời Tống dịch, ghi lại như sau:

"Khi ấy, Thiên chủ Đế Thích vì lòng thương cảm nên đi đến chỗ Thiên tử Ta-miệt-năng-pháp, bảo:

Này Thiên tử! Vì sao mà ông lăn lộn trên đất, than khóc bi thảm, nói những việc khổ làm cho người thấy động lòng thương xót?

Thiên tử Ta-miệt-nãng-pháp nghe lời hỏi ấy, liền đứng dậy sửa lại y phục, cung kính chắp tay thưa:

Thưa Thiên chủ Đế Thích! Hiện nay mạng sống của con chỉ còn bảy ngày, sau khi chết sẽ bị đọa vào cõi Diêm-phù-đề, ở thành Vương Xá, do nghiệp tạo từ đời trước nên bị làm thân heo. Thưa Thiên chủ! Khi đã thọ thân ấy thì trong nhiều năm phải ăn uống đồ dơ bẩn, con thấy khổ như vậy nên rất buồn lo.

Thiên chủ Đế Thích nghe rồi, rất thương xót nên bảo với Thiên tử Ta-miệt-nãng-pháp:

Này Thiên tử! Ông có thể thành tâm quy y Tam bảo, nên nói lời như vầy:

Quy y Phật, đấng Lưỡng Túc.
Quy y Pháp, bậc lìa dục.
Quy y Tăng, chúng tôn quý.

Lúc đó, Thiên tử Ta-miệt-nãng-pháp vì sợ chết phải bị đọa vào loài súc sinh nên thưa với Đế Thích:

Thưa Kiều-thi-ca! Hôm nay con xin như nguyện.

Thiên tử thọ tam quy y rồi, tâm luôn nhớ nghĩ đến Tam bảo, cho tới lúc mạng chung.

Bấy giờ, Thiên chủ Đế Thích quán xét xem vị Thiên tử kia sinh vào nơi chốn nào. Sinh vào thành lớn Vương xá, thuộc cõi Nam Diêm-phù-đề thọ thân heo chăng, hay chẳng thọ thân heo? Đế Thích vận dụng hết Thiên nhãn để quán xét mà chẳng thấy, lại quan sát nơi cõi ngạ quỷ, súc sinh cũng không thấy. Lại quan sát cõi người ở thế giới Ta-bà cũng lại chẳng thấy, cho đến chư Thiên của cõi Tứ Thiên vương và trời Đao-lợi, xem xét hết thảy cũng đều không thể thấy. Lúc này Thiên chủ Đế Thích do không thấy nên sinh tâm nghi ngờ, bèn đi đến chỗ Đức Phật nơi rừng cây Kỳ-đà, đảnh lễ sát chân Phật, lui ra ngồi một bên thưa:

Bạch Thế Tôn! Nay con không biết Thiên tử Ta-miệt-nắng-pháp kia thác sinh vào nơi chốn nào?

Đức Thế Tôn dùng chánh biến tri bảo Đế Thích:

Này Kiều-thi-ca! Thiên tử Ta-miệt-nắng-pháp đã được sinh lên cõi trời Đâu-suất, hưởng thọ năm thứ dục lạc.

Thiên chủ Đế Thích nghe Phật nói rõ như vậy liền hết sức vui mừng, tâm ý thư thái, các căn sung mãn, liền ở trước Phật nói kệ:

Nếu quy y Thế Tôn
Thì chẳng đọa đường ác
Xả bỏ thân người rồi
Sẽ được thọ thân trời.

Nếu quy y chánh pháp
Chẳng đọa vào đường ác
Xả bỏ thân người rồi
Sẽ được thọ thân trời.
Nếu quy y Thánh tăng
Chẳng đọa vào đường ác
Xả bỏ thân người rồi
Sẽ được thọ thân trời.

Phật nói kệ:

Không biết danh hiệu Phật, Pháp, Tăng
Người ấy cuối cùng chẳng được gì
Ở mãi chốn sinh tử luân hồi
Như hoa Ca-thi giữa hư không.

4. *Thực giáo, đệ nhất nghĩa tất đàn:* Tuy dùng phương tiện thuyết giáo dù là hữu ngôn hay vô ngôn, Phật giúp chúng sinh thấy được thật tướng của vạn pháp, gọi là chứng nhập diệu lý.

Tư Ích Phạm Thiên Sở Vấn Kinh, quyển II:

Phật dạy:

"Này Phạm thiên! Nếu hành giả cho rằng: Ta thấy biết về khổ là hư vọng, ta đoạn được tập là hư vọng, ta chứng được diệt là hư vọng, ta tu được đạo là hư vọng. Vì sao? Vì người ấy đã bỏ mất sự hộ niệm của chư Phật, do đó gọi là hư vọng. Thế nào là được chư Phật hộ niệm? Đó là không nhớ nghĩ về tất cả các pháp. Nếu hành giả trụ trong niệm ấy thì không trụ trong tất cả tướng. Nếu không trụ trong tất cả tướng thì trụ nơi thật tế. Nếu trụ nơi thật tế gọi là chẳng trụ nơi tâm. Nếu chẳng trụ nơi tâm, người ấy gọi là người nói lời chân thật, chẳng phải nói lời dối vọng."

Tư Ích Phạm Thiên Sở Vấn Kinh, quyển IV:

Phật dạy:

"Này Phạm thiên! Ở đời vị lai, có tỳ-kheo không tu thân, giới, tâm, trí tuệ, người ấy nói tướng sinh tử là khổ đế, các duyên hòa hợp là tập đế, nói pháp diệt là diệt đế, dùng hai pháp để cầu tướng là đạo đế, cho đó là Phật nói, thì Như Lai bảo rằng đó là kẻ ngu si, thuộc về bè đảng của ngoại đạo, Như Lai chẳng phải là thầy của người ấy. Người ấy chẳng phải là đệ tử của ta, đã rơi vào tà đạo, bỏ mất chánh pháp, nên nói là hữu đế."

Phạm thiên thưa:

-Thưa Đại sĩ! Tánh của pháp như như, không có thọ ký.

Bồ Tát Võng Minh nói:

-Tướng thọ ký của các Bồ Tát đều cũng như thế, cũng giống như tánh của pháp như như.

Phạm thiên hỏi:

-Làm sao nhận biết pháp không hai?

Bồ Tát Văn-thù-sư-lợi đáp:

-Nếu không hai có thể nhận biết thì chẳng phải là không hai. Vì sao? Vì tướng không hai là không thể nhận thức.

Này Phạm thiên! Hai tức là nghiệp của thức, không thể nhận biết về pháp của Đức Phật đã giảng nói. Pháp ấy không như chỗ đã giảng nói. Vì sao? Vì pháp ấy không có văn tự.

B. Đối chiếu với Tứ Giáo và Tứ Thánh đế theo Pháp Hoa Tông:

Trong Tứ giáo (Tạng, Thông, Biệt, Viên) của Pháp Hoa Tông do vị khai tổ là Trí Khải Đại Sư (538-597) lập ra thì Viên giáo được xem là Thực giáo, ba giáo môn còn lại là Quyền giáo. Chư vị Thanh văn thuộc về Tạng giáo, Duyên giác thuộc về Thông giáo, Bồ Tát thuộc về Biệt giáo, chư Phật thuộc về Viên giáo.

Tạng giáo sánh với đế thứ nhất trong Tứ thánh đế tức Sinh Diệt Tứ Đế, là lối hiểu nhân quả qua thế giới hiện tượng. Thông giáo sánh với đế thứ hai tức Vô Sinh Diệt Tứ Đế, là lối hiểu về Không. Biệt giáo sánh với đế thứ ba tức Vô Lượng Tứ Đế, là lối hiểu về Giả. Viên giáo sánh với đế thứ tư tức Vô Tác Tứ Đế, là lối hiểu về Trung đạo.

Ở đây chúng ta lại nhắc đến bài kệ [24:18] Trung Luận, những đoạn văn nói về Tứ thánh đế sau đây tôi cũng không ngần ngại lấy ra từ bản văn "Nền Tảng Phật Học Thiên Thai Tông" do giáo sư Paul Swanson biên soạn nguyên tác Anh ngữ mà tôi đã dịch sang Việt ngữ, Nhà xuất bản Phương Đông ấn hành năm 2010 tại Việt Nam, vì đối với các bản văn tự tay mình dịch thuật thì mình dễ thâm nhập và quen thuộc hơn các bản văn khác.

Trí Khải Đại Sư viết: Trong bài kệ [24:18] Trung Luận: {Nhân duyên sở sinh pháp} chỉ cho sinh diệt. {Ngã thuyết tức thị Không} chỉ cho vô sinh. {Diệc vi thị giả danh} chỉ cho vô lượng. {Diệc thị trung đạo nghĩa} chỉ cho vô tác.

Trước hết, qua "Pháp Hoa Huyền Nghĩa" và "Ma-ha Chỉ Quán", Thiên Thai Trí Khải đã khế hợp bốn dòng kệ này với bốn cách giải thích về tứ thánh đế. Tứ thánh đế, nói ngắn gọn, là bốn giáo lý căn bản về Khổ, Tập, Diệt , Đạo, là những điều được nói đến thường xuyên trong tất cả hệ thống Phật học. Bốn lối giải thích tứ đế là sinh diệt vô sinh, vô lượng, và vô tác (T46.5b15).

Lối phân chia bốn cách để giải thích tứ đế này từ Thiên Thai Trí Khải, dù rằng đại sư nói rằng lấy từ phẩm "Thánh Hạnh", kinh Đại Bát Niết Bàn. Kinh Đại Bát Niết Bàn có thuyết chi tiết về tứ đế, tám loại khổ, nhân của khổ v.v... nhưng bốn thứ lớp chú giải này nên đưa về cho Sư Trí Khải. Lối phân loại bốn mặt này không đưa ra bốn loại tứ đế, bởi vì chỉ có một tứ đế được nói đến qua bốn cách nhìn, giải thích.

Trong "Pháp Hoa Huyền Nghĩa" (T33, 700c-702a), Sư Trí Khải luận rất rõ ràng từng điểm một về sự tương hợp giữa Tứ Đế và sự phân loại Tứ Giáo của Pháp Hoa Tông: Tạng giáo, Thông giáo, Biệt giáo, và Viên giáo. Tứ Giáo là hệ thống Sư Trí Khải phân loại toàn thể giáo lý Phật theo nội dung. Mặc dù giáo lý chỉ có một và không chống trái nhau, nhưng từng nội dung giáo thuyết được nhấn mạnh tùy thuận khả năng lãnh hội của người nghe, không gian, thời gian, và trường hợp thuyết giáo.

1. *Tạng giáo và Sinh diệt tứ đế* 生滅四諦: Đây là sự nhấn mạnh trên dòng tuôn chảy không dừng của thế giới hiện tượng. Vạn sự vạn vật tương sinh tương diệt trong màng lưới của nhân duyên. Từ cái thấy này, như Sư Trí Khải từng nói: "Khổ đi qua ba chặng đường sinh, dị, và diệt. Tập cuốn trôi theo bốn trạng thái ô nhiễm của tâm. Đạo chinh phục và giảm dần ô nhiễm. Diệt dứt trừ Ngã, về với Vô Ngã" (T46.5b15-16). Trong cách Sư Trí Khải dùng chữ, đây là cảnh "biến dị" 變異 (T46.5b18). Đây cũng là cách chú giải câu kệ thứ nhất: "Nhân duyên sở sinh pháp".

Tạng giáo chỉ Phật giáo Tiểu Thừa, hoặc nói rõ hơn, nội dung các kinh A Hàm. Giáo lý này nhấn mạnh trên sự thuyết minh về Tứ Diệu Đế và sự sinh diệt thường xuyên của các pháp hữu vi.

Theo như đoạn kinh "Đế Thích Sở Vấn" (Đại sư Pháp Hiền, đời Tống dịch) trích dẫn dưới đây, người đọc có thể nhận ra dễ dàng con đường tương sinh tương diệt nói trên. Chúng ta thấy rằng chỉ trong một đoạn kinh hỏi đạo ngắn gọn của một vị thiên chủ mà có thể phá bỏ con đường từ sinh đến diệt. Đế Thích tức Thích Đề Hoàn Nhân, chủ cung trời Đao Lợi, một trong 12 vị trấn thủ ở phương Đông, tích cực thủ hộ Phật pháp, khi Đức Phật lên cung trời Đao Lợi thuyết pháp cho thân mẫu nghe thì vị trời này cầm bảo cái theo hầu Đức Phật. Trong các bài giảng của Hòa Thượng Tuyên Hóa thì ngài dạy rằng vị trời Đế Thích còn có hiệu là Ngọc Hoàng Thượng Đế theo Đạo giáo.

"Thiên chủ Đế Thích bạch Phật:

Bạch Thế tôn! Các hàng trời, người, A tu la, Càn Thát Bà cùng với các hàng phàm phu khác vì sao mà bị phiền não?

Phật dạy rằng:

Do thương ghét mà bị phiền não. Này Thiên chủ Đế Thích! Những hàng trời, người, A tu la, Càn thát bà cho đến các chúng sanh khác nếu thường hay suy nghĩ: "Than ôi! Tự ta đối với người khác trước hết đừng có xâm hại, cũng đừng oán thù, không tranh giành chống đối, không kiện cáo, tranh hơn thua, lại cũng đừng lôi kéo lẫn nhau. Tại sao ta lại làm những việc như vậy?" Này Thiên chủ! Những việc như thế là do lòng thương ghét nổi lên nên mới sanh ra phiền não.

Bấy giờ Thiên chủ Đế Thích được nghe Phật dạy, hoan hỷ tin nhận, lại bạch Phật:

Bạch Thế tôn! Phiền não thương ghét lấy gì làm nhơn, do

đâu tập khởi, vì sao sanh ra, lấy gì làm duyên, do đâu mà có, do đâu mà không?

Phật dạy rằng:

Này Thiên chủ! Phiền não thương ghét do kẻ oán người thân làm nhân, do kẻ oán người thân tập khởi, từ kẻ oán người thân sanh ra, lấy oán thân làm duyên, do có oán thân mà có phiền não thương ghét. Nếu không có oán, thân sẽ không có thương ghét.

Lại bạch Phật:

Bạch Thế tôn! Oán thân do đâu mà có, từ đâu tập khởi, do đâu sanh ra, lấy gì làm duyên, tại sao lại có, làm sao để không có?

Phật dạy rằng:

Này Đế Thích, do dục làm nhân, vì dục tập khởi, do dục sanh ra, do dục mà có oán thân. Nếu không có dục sẽ không có oán thân.

Lại bạch Phật:

Bạch Thế tôn! Nhưng dục này do đâu mà có, do đâu tập khởi, do đâu phát sanh, dựa đâu làm duyên, tại sao lại có, làm sao để không có?

Phật dạy rằng:

Này Đế Thích! Dục do mê lầm mà có, từ mê lầm tập khởi, do mê lầm sanh, nương mê lầm làm duyên, do mê lầm mà có, nếu không có mê lầm sẽ không có dục.

Lại bạch Phật:

Bạch Thế tôn! Mê lầm do nhân gì, tập gì, sanh gì, duyên gì mà có mê lầm này. Do đâu có mê lầm, do đâu không có?

Phật bảo Đế Thích:

Lấy hư vọng làm nhân, từ hư vọng tập khởi, do hư vọng phát sanh, nương hư vọng làm duyên, do có hư vọng nên có mê lầm, do có mê lầm nên có dục, do có dục nên có oán thân, do có oán thân nên có thương ghét, do có thương ghét nên mới có đao kiếm đánh nhau, tố tụng, tranh giành, trong lòng sanh ra quanh co, khúc khuỷu, lời nói không thành thật, khởi lên muôn ngàn các thứ nghiệp xấu, là pháp bất thiện như vậy, dẫn đến sự tập khởi của khối đại khổ được tích tụ. Này Thiên chủ! Nếu không có hư vọng liền không có mê lầm, nếu không có mê lầm liền không có tham dục, nếu không có tham dục liền không có oán thân sanh ra, oán thân không có, thương ghét tự trừ. Vì không có thương ghét thì dao kiếm đánh nhau, tố tụng đấu tranh, trong lòng quanh co khúc khuỷu, lời nói không thành thật, các thứ nghiệp xấu là pháp bất thiện đều được tiêu trừ; như thế là toàn bộ khối khổ lớn được tiêu diệt.

Lại bạch Phật:

Bạch Thế tôn! Pháp hư vọng lấy pháp gì để diệt trừ, cho đến các vị hành giả phải thực hành như thế nào?

Phật dạy rằng:

Này Thiên chủ! Diệt trừ hư vọng đó là Bát chánh đạo. Bát chánh đạo là chánh kiến, chánh tư duy, chánh ngữ, chánh nghiệp, chánh mạng, chánh tinh tấn, chánh niệm, chánh định. Nhờ tám pháp này diệt trừ được hư vọng. Nếu các vị hành giả thực hành pháp này thì gọi là thực hành các pháp diệt trừ hư vọng.

Bấy giờ, Đế Thích lại bạch Phật:

Bạch Thế tôn! Tất cả chúng sanh, sự ưa muốn, nhớ nghĩ và sắc tướng có giống nhau không?

Phật dạy rằng:

Chẳng giống nhau. Này thiên vương! Tất cả chúng sanh không đồng một ưa muốn, không đồng một nhớ nghĩ, không đồng một sắc tướng. Này Thiên chủ, tất cả chúng sanh tuy mỗi mỗi đều ở trong cảnh giới của mình, nhưng không biết các cảnh giới sai biệt. Vì không biết các cảnh giới sai biệt cho nên mới đi vào con đường tối tăm, trở lại chấp pháp si mê cho đó là chơn thật. Các chúng sanh này không biết các cõi muôn ngàn sai biệt, điều họ biết được chỉ là cảnh giới tối tăm. Tuy có chút hiểu biết nhưng cũng thường đi vào con đường tăm tối, chấp chặt lấy si mê mà cho là chơn thật".

Về việc chứng đắc quả Thánh nơi các cung Trời được ghi lại trong đoạn kinh "Phật nói Kinh Nhân Tiên" (T01, 9, 213c20 - Đại Sư Pháp Hiền phụng chiếu dịch) nói về vua Tần Bà Sa La, cha của vua A Xà Thế, đắc quả Tu Đà Hoàn và Tư Đà Hàm tại cung trời Tỳ Sa Môn thiên vương:

"Như vầy tôi nghe. Một thời đức Phật ở trong tinh xá Khôn Tả Ca thành Na Đề Ca. Cùng với đại chúng câu hội. Bấy giờ Tôn giả A Nan bạch Phật rằng:

Bạch Thế Tôn. Nước Ma Già Đà là đất Thế Tôn thành Chánh giác, tối thắng không sánh được mà đất tối thắng này, do vua Tần Bà Sa La làm chủ. Chỉ mong Thế Tôn vì chúng con nói nơi sanh xứ của vị vua này sau khi mạng chung.

Lúc bấy giờ Thế Tôn nghe lời thỉnh của ngài A Nan liền yên lặng. Ngài A Nan thấy Đức Phật trầm lặng thì biết đã nhận lời cầu thỉnh của mình nên đảnh lễ nơi chân Thế Tôn rồi trở về chỗ ngồi.

Sau một đêm, Thế Tôn mặc y đem theo dụng cụ bình bát đi vào thành Na đề ca theo thường lệ mà khất thực xong trở về chỗ của mình, thay đồ rửa chân, sau khi ăn xong thì kinh hành. Sau đó trở về chỗ ngồi, quán sát lại những lời hỏi của ngài A Nan: "Vua nước Ma Già Đà là Tần Bà Sa La, sau khi mạng chung đã sanh nơi xứ nào? Dùng hạnh nguyện nào? Đắc quả báo nào?"

Khi quán sát việc này, nương thần thông của Phật, ở trong hư không, có tiếng xưng danh.

Thế Tôn! Con là Nhân Tiên. Thiện Thệ! Con là Nhân Tiên!

Lúc bấy giờ, Thế Tôn nghe được tiếng nói trong hư không, liền đứng lên từ chỗ ngồi đi đến nơi chúng Thanh Văn. Tôn giả A Nan đi đến chỗ của Phật, lộ vai bên phải đảnh lễ nơi chân Thế Tôn trước mặt Phật, bạch Phật rằng:

Thế Tôn! Nhân nào duyên nào mà vui mừng hơn những lúc bình thường?

Phật bảo Ngài A Nan rằng:

Theo như lời thỉnh của con, vua Tần Bà Sa La nước Ma già đà và các Ưu bà tắc, sau khi diệt độ nơi này, sẽ sanh nơi xứ nào, dùng hạnh nguyện nào, đắc quả báo nào. A Nan! Con xưa nay có nghe qua danh xưng Nhân Tiên này không?

Ngài A Nan bạch rằng:

Bạch Thế Tôn, con chưa nghe có người tên này nhưng khi con nghe danh này rồi thì vui mừng đến rúng động toàn thân.

Tôn giả A Nan nói xong lại nghe trên hư không lại có lời nói rằng:

Thế Tôn! Con là vua Tần Bà Sa La! Con là vua Tần Bà Sa La! Ngày xưa con tên là Nhân Tiên, sau khi mệnh chung, sanh nơi nhân gian được làm vua người, chứng quả Tu Đà Hoàn. Nay sanh lại lần 7, sanh trong cung Tỳ Sa Môn làm Thiên vương tử, cũng mang tên là Nhân Tiên. Thế Tôn! Khi con làm con của Thiên vương Tỳ Sa Môn, vẫn có thể nhớ biết được những pháp vi diệu thanh tịnh cực kỳ an lạc Phật nói, đương lai chứng được quả Tư Đà Hàm.

2. Thông giáo và Vô sinh diệt tứ đế 無生滅四諦: Chỗ này khẳng định tất cả là Không (T46.5b19). Ngã không đến mà cũng không đi bởi vì không hề có cái gọi là chủ tể cố định. Khổ không thực có, và vì vậy, không thực sự có khổ nhân. Trên đường Đạo không có nhiễm ô để diệt trừ hoặc làm vơi bớt. Tất cả các pháp hữu vi, như định nghĩa, thiếu một cái ngã vĩnh viễn, bất biến, tự lập. Vậy thì cái gì thực sự luôn sinh diệt? Đây là điều được nói đến trong dòng kệ thứ hai: "Ngã thuyết tức thị Không."

Thông giáo trình bày, mặc dù không giới hạn, về Bát-nhã, nhấn mạnh trên Không, sự thiếu vắng một chủ tể của vạn sự vạn vật. Nội dung của giáo lý thì có cả Đại thừa và Tiểu thừa, cho nên được gọi là "Thông".

Cũng trong Tư Ích Phạm Thiên Sở Vấn kinh, chúng ta thấy một đoạn kinh ở một cảnh giới tâm thức khác.

Phạm Thiên thưa:

Bạch Thế Tôn! Thế nào là pháp môn của Như Lai?

Đức Phật dạy:

Mắt là môn giải thoát, tai, mũi, lưỡi, thân, ý là môn giải thoát. Vì sao? Vì mắt là không, không ngã, không ngã sở, tánh của nó là như nhiên. Tai, mũi, lưỡi, thân, ý cũng là không, không ngã, không ngã sở, tánh của chúng cũng là như nhiên.

Phạm Thiên thưa:

Bạch Thế Tôn! Thế nào là phương tiện?

Đức Phật dạy:

Như Lai thật không chấp ngã, nhân, chúng sinh, thọ

mạng, cũng không thủ đắc về bố thí, cũng không thủ đắc về keo kiệt, không chấp trì giới cũng không chấp phá giới, không chấp nhẫn nhục cũng không chấp sân hận, không chấp tinh tấn cũng không chấp lười biếng, không chấp thiền định cũng không chấp tâm tán loạn, không chấp trí tuệ cũng không chấp quả vị của trí tuệ, không chấp Bồ-đề cũng không chấp Niết-bàn, không chấp khổ cũng không chấp vui.

3. *Biệt giáo và Vô lượng tứ đế:* 無量四諦 Chỗ này muốn nói rằng mặc dù muôn sự không có chủ tể, nhưng vẫn có muôn hình tướng giả hiện. Như Thiên Thai Trí Khải nói chỉ trong một cõi mà có vô lượng khổ não (như cõi người), thì biết làm sao mà tính kể cho hết những khổ não này trong các cảnh giới khác từ địa ngục đi lên. Có vô lượng khổ đau thì có vô lượng nhân gây tạo gồm "tham, sân, si, và những ô nhiễm từ thân, khẩu, và ý" (T46.5c3). Vì thế cho nên đường Đạo cũng muôn mặt, hoặc là những phân tích của giới khoa bảng, hoặc trí tuệ huyền vi, hoặc phương tiện vụng về hay tinh xảo, những đoạn đường quanh co hay bằng phẳng, dài hay ngắn, giáo pháp giả lập hay vẹn toàn. Sau cùng, có vô lượng hình tướng hoại diệt vì có vô lượng ảo vọng và ô nhiễm.

Thiên Thai Trí Khải nói ngay rằng tất cả chỉ là từ "lối nói tương đối", và không hề có bất cứ sự khác biệt bởi vì tất cả đều thiếu một chủ tể. Tuy nhiên, "không phải là sai hoặc lầm khi nói đến vô số hình tướng khác biệt này" (T46. 5C9-10), bao lâu hành giả còn thấy được rằng đây chỉ là tạm nói mà thôi. Đây là điều được nói đến trong dòng kệ thứ ba: "Diệc vi thị giả danh".

Biệt giáo thuộc về các Bồ Tát. Khác với sự nhấn mạnh trên Không của Thông giáo, giáo lý này đồng thời chứng được Giả và vô vàn hiện tướng. Vị Bồ Tát này, với trí và bi, bước trở vào thế gian tạm bợ, dùng phương tiện thiện xảo mà cứu chúng sinh vượt thoát muôn ngàn mê vọng của chính họ.

Cũng trong quyển "Phạm Thiên Tư Ích Sở Vấn Kinh", phẩm Bốn Pháp, chúng ta thấy các câu hỏi quan trọng của một vị cõi Trời Phạm Thiên về hạnh Bồ Tát như sau:

Bấy giờ, Phạm thiên Tư Ích nói kệ xong, bạch Phật:

Bạch Thế Tôn! Thế nào là tâm kiên cố, không hề mệt mỏi của Bồ Tát?

Thế nào là Bồ Tát có lời nói chắc thật không hối tiếc?

Thế nào là Bồ Tát làm tăng trưởng các căn lành?

Thế nào là Bồ Tát không còn lo sợ, oai nghi chẳng động?

Thế nào là Bồ Tát thành tựu pháp thanh tịnh?

Thế nào là Bồ Tát khéo biết từ quả vị này đến quả vị khác?

Thế nào là Bồ Tát giỏi dùng phương tiện đối với chúng sinh?

Thế nào là Bồ Tát giáo hóa tất cả muôn loài?

Thế nào là Bồ Tát đời đời không mất tâm Bồ-đề?

Thế nào là Bồ Tát có thể thực hành nhất tâm mà không hề xen tạp?

Thế nào là Bồ Tát mong cầu tất cả pháp báu?

Thế nào là Bồ Tát khéo ra khỏi tội lỗi của sự hủy hoại giới cấm?

Thế nào là Bồ Tát khéo ngăn chặn, diệt trừ phiền não?

Thế nào là Bồ Tát hoàn toàn hội nhập vào đại chúng?

Thế nào là Bồ Tát biết thực hành pháp thí?

Thế nào là Bồ Tát đạt đầy đủ năng lực mà không mất thiện căn?

Thế nào là Bồ Tát không do người khác giáo hóa mà tự mình có thể thực hành sáu pháp Ba-la-mật?

Thế nào là Bồ Tát có thể chuyển bỏ thiền định để sinh lại cõi Dục?

Thế nào là Bồ Tát ở trong pháp của Phật đạt được quả vị không thoái chuyển?

Thế nào là Bồ Tát không đoạn các chủng tử của Phật?

Tiếp theo là một đoạn vấn đáp giữa Bồ Tát Võng Minh và vị Trời cõi Phạm:

Phạm Thiên thưa:

Thưa Đại sĩ! Chẳng phải là Đại sĩ đã thực hành sáu pháp Ba-la-mật rồi sau mới được thọ ký sao?

Bồ Tát Võng Minh đáp:

Đúng như lời ông nói, Bồ Tát thực hành sáu pháp Ba-la-mật, sau đó mới được thọ ký.

Này Phạm thiên! Nếu Bồ Tát xả bỏ tất cả phiền não thì gọi là Bố thí ba-la-mật. Đối với các pháp mà không có chỗ sinh khởi thì gọi là Trì giới ba-la-mật. Đối với các pháp mà không làm tổn thương thì gọi là Nhẫn nhục ba-la-mật. Đối với các pháp luôn xa lìa tướng thì gọi là Tinh tấn ba-la-mật. Đối với các pháp không có chỗ trụ thì gọi là Thiền định ba-la-mật. Đối với các pháp đều không hý luận, thì gọi là Trí tuệ ba-la-mật.

Này Phạm thiên! Bồ Tát thực hành sáu pháp Ba-la-mật như vậy thì nẻo hành hóa của Bồ Tát ở đâu?

Phạm thiên thưa:

Không có nơi chốn hành hóa. Vì sao? Vì phàm có nơi chốn hành hóa thì đều là chẳng hành.

Bồ Tát Võng Minh nói:

Nếu hành tức là chẳng hành, nếu chẳng hành tức là hành, thì này Phạm thiên, do vậy nên biết: Không có nơi chốn hành tức là Bồ-đề. Đúng như ông đã hỏi: Nếu Bồ Tát được thọ ký Bồ-đề thì tánh của pháp Như như cũng được thọ ký, sự thọ ký của tôi cũng lại như vậy.

Phạm thiên thưa:

Thưa Đại sĩ! Tánh của pháp Như như, không có thọ ký.

Bồ Tát Võng Minh nói:

Tướng thọ ký của các Bồ Tát đều cũng như thế, cũng giống như tánh của pháp Như như.

Kinh Thương Chủ Thiên Tử Sở Vấn (T15, 591, 119a01), Tam tạng Pháp sư Xà-na-quật-đa đời Tùy dịch, ghi lại lời vấn đạo của thiên tử về trí tuệ của Bồ Tát, và giải đáp của Ngài Văn Thù như sau:

Lúc bấy giờ, Thiên tử Thương Chủ và vô lượng chư Thiên, trăm ngàn đại chúng vây quanh trước sau, cùng đi đến chỗ Phật, đảnh lễ nơi chân, nhiễu quanh theo hướng bên phải ba vòng, đem đủ thứ phẩm vật cúng dường Đức Như Lai, vì muốn nghe pháp nên họ ở trước Đức Thế Tôn và Bồ Tát Văn-thù-sư-lợi Pháp vương tử, khi đó Thiên tử Thương Chủ chấp tay, hướng về phía Phật, bạch:

Bạch Thế Tôn! Xin thỉnh Bồ Tát Văn-thù-sư-lợi Pháp vương tử giảng nói chánh pháp. Hôm nay trong chúng hội này có các Thiên tử từ lâu đã được Bồ Tát Văn-thù-sư-lợi giáo hóa thành tựu, những vị ấy nếu lãnh hội được trí tuệ, biện tài của Bồ Tát Văn-thù-sư-lợi sẽ phát tâm Vô thượng Bồ-đề, đã phát tâm rồi tất ở trong Phật pháp không còn thoái chuyển.

Đức Phật bảo Bồ Tát Văn-thù-sư-lợi:

Này Thiện nam! Ông nên vì Thiên tử Thương Chủ và chư Thiên khác mà giảng nói giáo pháp quan trọng.

Lúc ấy, Bồ Tát Văn-thù-sư-lợi vâng lời Phật dạy, bảo Thiên tử Thương Chủ:

Ông nên nhất tâm lắng nghe, lãnh thọ, ghi nhớ kỹ, tôi sẽ vì ông phân biệt giảng nói rõ ràng. Như các Đại Bồ Tát hội nhập vào trí Nhất thiết trí, đối với tất cả pháp đều thông đạt đến bờ bên kia, mau chóng thành tựu đầy đủ sáu pháp Ba-la-mật, thì đối với Nhất thiết trí phải nên tu hành.

Này Thiện nam tử! Luận về trí của các Đại Bồ Tát, đó là trí nhận biết Khổ, trí thực hiện giải thoát, trí nhận biết Tập, trí tu tập căn lành, trí nhận biết Diệt, trí xuất sinh, trí nhận biết Đạo, trí chẳng phải là đạo, trí nhận biết nhân, trí không mất, trí nhận biết quả, trí thâu tóm chứng đắc các duyên, trí tích tập xét đoán, trí chân thật, trí Phật, trí tự tại, trí nhân duyên sinh, trí thị hiện thí dụ, trí nhận biết ấm, trí dứt trừ các nhiễm của dục, trí nhận biết cảnh giới, trí mở bày pháp giới, trí nhận biết nhập, trí quán xét không tụ, trí bố thí, trí không quá thời, trí nhận biết giới, trí thành tựu cho những chúng sinh không giữ giới, trí nhẫn nhục, trí tinh tấn, trí khéo làm các việc, trí thiền định, trí hồi chuyển thiền, trí nhận biết trí tuệ, trí nhận thức, trí phương tiện, trí thành tựu đầy đủ cho chúng sinh, trí Từ, trí nhận biết phàm phu thừa, trí Bi, trí không mệt mỏi, trí Hỷ, trí hoan hỷ ưa thích pháp, trí Xả, trí thành tựu pháp của chư Phật, trí hóa độ chúng sinh, trí quan sát, trí luôn phụng hành, trí không phải nơi chốn khiến an trụ, trí chánh cần, trí chánh giác, trí thần túc, trí quán xét các hành không tạo tác, trí nhận biết tín, căn, lực, trí Nhất thiết trí siêu việt, trí căn lực tinh tấn, trí không bị tất cả phiền não bức bách, trí niệm căn lực, trí không quên mất tất cả các pháp, trí Tam-muội căn lực, trí tất cả pháp bình đẳng trí, trí căn lực, trí các căn thù thắng, trí Bồ-đề phần, trí chứng đạo, trí vượt qua các thứ phi đạo, trí duyên dựa, trí nhận biết tận, trí nhận biết các căn lành không cùng tận, trí vô sinh, trí đạt được các pháp Nhẫn vô sinh, trí niệm Phật, trí thành tựu tự thân, trí niệm Pháp, trí chuyển pháp, trí niệm Tăng, trí hội nhập vào A-tỳ-bạt tăng bình đẳng, trí niệm thí, trí không bỏ chúng sinh, trí niệm giới, trí đầy đủ các nguyện, trí niệm không, trí không tạo các việc ác, trí không nhớ nghĩ các pháp, trí nhận biết các tâm Từ, trí viên mãn, trí thực hiện đầy đủ các việc không nhàm chán, trí nhận biết thuốc của các chúng sinh, trí phương tiện để thực hành như pháp, trí xứ phi xứ, trí phi xứ không tạo tác, trí mười lực, trí thuận theo hai thừa, trí không sợ hãi, trí nhận biết chỗ tạo sự chướng ngại và không chướng ngại đối với các pháp, trí không chấp vào thân quá khứ, trí không trụ vào thức, trí không chấp vào thân vị lai, trí chẳng hành theo các pháp, trí không chấp vào thân hiện tại, trí bất định chẳng trụ, trí nhận biết thân là tối thượng, trí nhận biết chúng sinh, trí khiến được độ thoát, trí nhận biết nghiệp là quan trọng, trí phân biệt tiếng của các chúng sinh, trí nhận biết tâm ý là quan trọng, trí nhận biết sự phát khởi tâm hành của các chúng sinh, trí không lầm lỗi, trí nhận chỗ lầm lỗi của chúng sinh, trí ưa thích và không ưa thích, trí diệt trừ tranh chấp, trí không quên chánh niệm, trí khiến chúng sinh tâm loạn được an trụ, trí thâu tóm các thiền định, trí thâu tóm các chúng sinh biếng nhác không thực hiện pháp của chư Phật, trí biết thời để giáo hóa chúng sinh, trí phương tiện, trí Bát-nhã.

Này Thiên tử! Đây chính là trí của các Đại Bồ Tát, nhờ những trí như vậy, nên Bồ Tát đạt được trí vô ngại của chư Phật.

4. Viên giáo và Vô tác tứ đế 無作四諦: Đây là sự diễn đạt chân lý tối thượng vượt trên khái niệm và ngôn từ. Không có sự phân biệt giữa khổ, tập, diệt, và đạo. Tất cả là Một. Đây là cái thấy trong dòng kệ thứ tư: "Diệc thị Trung Đạo nghĩa."

Viên giáo là chân lý như nó là. Đó là viên mãn, chân thực, và chân lý toàn vẹn, không gì khác hơn. Đó là vi diệu, bất khả tư nghị, vượt trên ngôn từ và khái niệm. Đó là thực tại được tiếp nhận viên toàn bởi chư Phật. Đó là Trung Đạo, tức trí tuệ vào được thể tánh ngay chính nơi hiện hữu giả tạm thiếu chủ tể.

Bấy giờ vị Trời Phạm Thiên Tư Ích bạch Phật:

Bạch Thế Tôn! Bồ Tát đã tu tập hạnh gì mà được chư Phật thọ ký đạo quả Vô thượng Chánh đẳng Chánh giác?

Đức Phật bảo:

Nếu Bồ Tát không hành nơi pháp sinh, không hành nơi pháp diệt, không hành pháp thiện, không hành pháp bất thiện, không hành pháp thế gian, không hành pháp xuất thế gian, không hành pháp có tội, không hành pháp không có tội, không hành pháp hữu lậu, không hành pháp vô lậu, không hành pháp hữu vi, không hành pháp vô vi, không hành pháp tu đạo, không hành pháp đoạn trừ, không hành pháp sinh tử, không hành pháp Niết-bàn, không hành pháp thấy, không hành pháp nghe, không hành pháp hiểu, không hành pháp biết, không hành theo bố thí, không hành theo xả bỏ, không hành theo trì giới, không hành nơi che giấu, không hành nơi nhẫn nhục, không hành theo thiện, không hành theo phát khởi, không hành tinh tấn, không hành thiền định, không hành Tam-muội, không hành nơi trí tuệ, không hành theo hành, không hành theo nhận thức, không hành theo thủ đắc.

Này Phạm thiên! Nếu Bồ Tát thực hành như vậy thì được chư Phật thọ ký đạo quả Vô thượng Chánh đẳng Chánh giác. Vì sao? Vì mọi nẻo hành hóa đều là tướng chấp giữ. Không tướng chấp giữ, không tướng phân biệt tức là Bồ-đề. Nếu có nơi chốn, đối tượng thì không phải Bồ-đề, không có nơi chốn như vậy tức là Bồ-đề. Mọi nẻo hành hóa hiện có đều là phân biệt, không phân biệt là Bồ-đề. Mọi nẻo hành hóa đều là sinh khởi, không sinh khởi là Bồ-đề. Mọi nẻo hành hóa là hý luận, không hý luận là Bồ-đề. Vì vậy nên biết, nếu Bồ Tát vượt qua mọi nẻo hành hóa thì được thọ ký.

Trong phẩm 4 "Hiểu rõ các pháp", là lời Phật dạy về Thánh đế:

Này Phạm thiên! Do nhân duyên này, ông nên biết Thánh đế chẳng phải là khổ, tập, diệt, đạo. Gọi Thánh đế là nhận biết về khổ không sinh, đó là Khổ thánh đế. Biết về tập không hòa hợp, đó là Tập thánh đế. Ở trong pháp diệt hoàn toàn, nhận biết là không sinh, không diệt, đó là Diệt thánh đế. Đối với tất cả các pháp đều bình đẳng, dùng pháp không hai mà chứng đắc đạo, đó là Đạo thánh đế. Vì chẳng phải lìa sinh tử mà đạt được Niết-bàn nên gọi là Thánh đế.

Có thể thấy rằng chỉ nơi một quyển kinh thưa hỏi về giáo pháp với Phật của một vị thiên chủ cõi trời Phạm thiên mà đã bao hàm bốn thứ lớp đi từ thấp lên cao, từ cái thấy vạn pháp do nhân duyên sinh cho đến vạn pháp đồng nhất thể. Vì vậy, người giới hạn trong cái thấy từ cảnh giới của chính mình, thì quên rằng Phật chỉ vì tùy cơ thuyết giáo mà phân chia giáo pháp Phật ra làm nhị thừa, tam thừa, ngũ thừa v.v.... Phẩm Thập Địa trong kinh Hoa Nghiêm nói về cảnh giới của một Bồ Tát Sơ Địa cũng đã có thể hóa hiện hàng trăm ứng thân, đồng thời giáo hóa chúng sinh, huống chi là chư Phật từ trong cái gọi là "bản địa thùy tích" mà ứng hiện thân. Chân thân tạm gọi là bản địa, phân thân gọi là thùy tích. Đức Thích Ca Mâu Ni từng dạy Ngài đã thành Phật từ vô lượng kiếp lâu xưa, nay hiện thân một trượng sáu thô xấu, nhận lấy dáng dấp của người cõi thế gian để dễ hóa độ chúng sinh nơi cõi nước này.

Đối với sự chấp về cái thấy, kinh Phạm Thiên Tư Ích Sở Vấn ghi như sau:

"Phạm Thiên hỏi:

Ai có thể thấy Phật?

Bồ Tát Văn-Thù-Sư-Lợi đáp:

Nếu không chấp vào nhục nhãn, không chấp vào Thiên nhãn, không chấp vào Tuệ nhãn, thì đó gọi là có thể thấy Phật."

Một đoạn kinh khác nói về trí tuệ vô lậu của vị Trời Phạm Thiên:

Phạm thiên Tư Ích nói với Bồ Tát Văn-thù-sư-lợi:

- Nếu hành giả ở trong bình đẳng chẳng thấy các pháp thì đó gọi là chứng đắc Thánh đạo.

Bồ Tát Văn-thù-sư-lợi hỏi:

- Vì sao chẳng thấy?

Phạm thiên Tư ích đáp:

- Xa lìa hai tướng nên chẳng thấy, chẳng thấy tức là chánh kiến.

Bồ Tát Văn-thù-sư-lợi hỏi:

- Ai có thể đạt được chánh kiến về thế gian?

Phạm thiên đáp:

- Người không hủy hoại tướng thế gian.

Bồ Tát Văn-thù-sư-lợi hỏi:

- Thế nào là không hủy hoại tướng thế gian?

Phạm thiên đáp:

- Tướng Như của sắc không riêng, không khác. Tướng Như của thọ, tưởng, hành, thức cũng không riêng, không khác. Nếu hành giả thấy năm ấm bình đẳng với tướng Như thì đó gọi là chánh kiến về thế gian.

Sau đó, chư Thiên tán thán thần chú Phật nói, bạch cùng Phật quả vị các ngài đã chứng được, phát nguyện hộ trì Phật pháp, phẩm 17, kinh Phạm Thiên Sở Vấn:

"Khi Đức Phật thuyết giảng về diệu lực của chú thuật này thì bốn vị Thiên vương hết sức kinh sợ, liền cùng với vô lượng quỷ thần và hàng quyến thuộc vây quanh đi đến trước Đức Phật, cung kính đảnh lễ và thưa:

Bạch Thế Tôn! Chúng con là Tứ Thiên Vương đã chứng quả vị Tu-đà-hoàn, thuận theo lời dạy của Phật, chúng con đều sẽ thống lĩnh hàng quyến thuộc cùng với tùy tùng luôn theo bảo vệ vị Pháp sư kia. Nếu các thiện nam, thiện nữ nào dốc lòng giữ gìn pháp, có thể trì tụng, giảng thuyết kinh này, thì Tứ Thiên vương chúng con sẽ đi đến chỗ ở của những vị đó để ủng hộ."

Tiếp theo đây là đoạn kinh văn Phật thọ ký cho người Trời:

"Đức Phật bảo Phạm thiên Tư ích:

- Ông thấy Thiên tử Bất Thoái Chuyển chăng?

- Thưa con đã thấy.

- Này Phạm thiên! Thiên tử Bất Thoái Chuyển ấy từ nay về sau trải qua ba trăm hai mươi vạn a-tăng-kỳ kiếp sẽ được thành Phật, hiệu là Tu-di Đăng Vương, gồm đủ mười tôn hiệu: Như Lai, Ứng Cúng, Chánh Biến Tri, Minh Hạnh Túc, Thiện Thệ, Thế Gian Giải, Vô Thượng Sĩ, Điều Ngự Trượng Phu, Thiên Nhân Sư, Phật Thế Tôn. Thế giới tên là Diệu Hóa, kiếp tên Phạm Thán. Cõi Phật đó dùng thuần vàng Diêm-phù-đàn, lưu ly làm đất, chúng Tăng hoàn toàn là bậc Bồ Tát, không có các thứ ma oán, các vật cần dùng ứng hợp với niệm liền hiện ra. Thọ mạng của Đức Phật ấy là vô lượng, không thể tính kể."

Vì muốn dùng sự đối chiếu như trên để các phương thức trở nên dễ thấy khiến người đọc có thể tiếp nhận sự tương tục và tương tác từ nhiều luồng tư tưởng nên tôi tạm dùng hai lối phân chia A và B này. Vào thế kỷ thứ 6, Trí Khải Đại Sư khi thuyết Pháp Hoa Huyền Nghĩa, quyển I, thay vì đối chiếu, đại sư đã phối hợp Tứ Tất Đàn với Tứ Đế và Tứ giáo, khiến đường hướng giáo hóa càng thêm minh bạch:

- Thế Tục tất đàn phối hợp với Sinh diệt tứ đế của Tạng giáo.

- Vị Nhân tất đàn phối hợp với Vô sinh tứ đế của Thông giáo.
- Đối Trị tất đàn phối hợp với Vô lượng tứ đế của Biệt giáo.
- Đệ Nhất Nghĩa tất đàn phối hợp với Vô tác tứ đế của Viên giáo.

Trở lại với vai trò vì chúng sinh vấn pháp và hộ pháp của chư thiên, tự điển Huệ Quang, trang 3346, ghi như sau về hai mươi vị Trời (Nhị Thập Chư Thiên) được thờ trong các tự viện của Pháp Hoa Tông cho thấy rằng chư thiên không tách rời Phật đạo:

"Theo "Chư Thiên Truyện" do Ngài Hành Đình soạn vào đời Nam Tống, Trung Quốc, các chùa của tông Thiên Thai ngày xưa có thờ 16 pho tượng của chư thiên, về sau lại thờ thêm 4 vị nữa là Nhật Cung Thiên Tử, Nguyệt Cung Thiên Tử, Ta Kiệt La Long Vương, và Diệm Ma Long Vương.

- ❖ Phạm Thiên Vương: thống lĩnh Phạm chúng, làm chủ cõi Đại thiên.
- ❖ Đế Thích Thiên Chủ: trên đỉnh Tu Di, tức Đao Lợi Thiên Chủ.
- ❖ Tỳ Sa Môn Thiên Vương: tức Đa Văn Thiên ở phương Bắc.
- ❖ Đề Đầu Lợi Tra Thiên Vương: tức Trì Quốc Thiên ở phương Đông.
- ❖ Tì Hưu Lặc Xoa Thiên Vương: tức Tăng Trưởng Thiên ở phương Nam.
- ❖ Tì Lưu Bác Xoa Thiên Vương: tức Quảng Mục Thiên ở phương Tây.
- ❖ Kim Cang Mật Tích Thiên: cầm chày báu, biết rõ sự tích bí mật của Như Lai.

❖ Ma Hê Thủ La Thiên: Vị Thiên chủ cao quý nhất trong ba cõi.

❖ Tán Chỉ Đại Tướng: Con thứ của quỷ Tử Mẫu, hộ trì chánh pháp, diệt ác.

❖ Đại Biện Thiên: có đầy đủ biện tài vô ngại, lưu thông Phật pháp.

❖ Công Đức Thiên: giúp chúng sinh thành tựu phước đức, ngự ở Kim Tràng Tối Thắng.

❖ Vi Đà Thiên Tướng Quân: Một trong tám tướng quân của vua Trời phương Nam, hộ trì Phật pháp, thống lãnh ba châu.

❖ Kiên Cố Địa Thần: Thần làm chủ mặt đất.

❖ Bồ Đề Thụ Thần: Vị Thần giữ gìn cây Bồ Đề nơi Phật thành đạo.

❖ Quỷ Tử Mẫu Thiên: Mẹ của tất cả quỷ, ban con cái cho người cầu xin.

❖ Ma Lợi Chi Thiên: dạo đi trước mặt trời, mặt trăng, cứu nạn đao binh.

❖ Nhật Cung Thiên Tử: phá sự tối tăm, thành thục vạn vật.

❖ Nguyệt Cung Thiên Tử: phát ánh sáng ban đêm.

❖ Ta Kiệt La Long Vương: Đại Quyền Bồ Tát, thứ 7 trong 177 Long Vương.

❖ Diệm Ma Long Vương: Vị Trời đứng đầu địa ngục.

Phần IV

Đại nguyện tầm thinh cứu khổ với 32 ứng thân của Bồ Tát Quán Thế Âm, và Bồ Tát Diệu Âm trong kinh Pháp Hoa.

Hạnh nguyện cứu khổ ban vui của Bồ Tát Quán Thế Âm xuất hiện trong vô số kinh luận. Kinh Pháp Hoa, phẩm Phổ Môn thứ 25, nói rất rõ Bồ Tát Quán Thế Âm không những chỉ tầm thanh cứu khổ mà còn thị hiện 32 ứng hóa thân phù hợp để dạy bảo, cứu giúp chúng sinh. Con số 32 cũng chỉ là một con số tượng trưng, có thể là muôn triệu muôn ức lần thị hiện hơn thế nữa, tức thân hiện khắp nơi, nơi nào có chúng sinh thì nơi đó có Phật và Bồ Tát dưới nhiều thân tướng khác biệt, đồng sự hoặc đồng hành, gọi là phổ môn thị hiện.

Phổ môn thị hiện là hoạt dụng du hí thần thông của chư Phật và Bồ Tát, tự tại hóa hiện các giả danh giả tướng khác nhau để thuyết pháp độ sinh.

Trong Quán Âm Huyền Nghĩa Ký (T34, 1727, 892a11) của Ngài Tri Lễ, tổ thứ 17 Pháp HoaTông, (960 - 1028), tức tập giải thích tác phẩm Quán Âm Huyền Nghĩa của Trí Khải Đại Sư, đã giải thích sơ lược mười nghĩa về phổ môn thị hiện là: 1. Nhân Pháp. 2. Từ Bi. 3. Phước Tuệ. 4. Chân Ứng. 5. Dược Châu. 6. Hiển Ẩn, 7. Quyền Thật. 8. Bổn Tích. 9. Duyên Liễu. 10. Trí Đoạn.

1. Nhân Pháp:

Kinh nói: "Vì nhân duyên này mà gọi là Quán Thế Âm", tức là nói về người trước, lại nói: "Nhờ năng lực phương tiện thị hiện Phổ Môn", tức là nói về pháp mà con người ấy có khả năng thực hiện, nên nói là nhân pháp.

Xin trích dẫn ra đây những đoạn kệ nói về cơ duyên ứng hiện của Bồ Tát Quán Thế Âm, trong phẩm Phổ Môn, kinh Pháp Hoa:

> *"Lúc bấy giờ Vô Tận Ý Bồ Tát*
> *Áo bày vai đảnh lễ Đức Thế Tôn*
> *Bạch lời rằng: Đại Bồ Tát Quán Âm*
> *Xin Phật dạy nhân duyên sinh danh hiệu.*
> *Phật dạy rằng: Đại bi tâm vi diệu!*
> *Nghe lời than từ vô lượng chúng sinh*
> *Người kính tin niệm nhất niệm xưng danh*
> *Sức cảm ứng từ âm thanh mà hiện*
>
> *Lòng vọng dục sân si như lửa đỏ*
> *Sông ái ân vây bủa sóng vạn trùng*
> *Mê sắc tài cuồng vọng giữa bể Đông*
> *Thuyền phiêu bạt trên dòng sâu nghịch gió*
> *Tâm mải miết tìm đường hoa, lối cỏ*
> *Say men đời nghiêng bóng đổ lầm than*
> *Rồi đường ma, nẻo quỷ tiếc đêm tàn*
> *Chút phù bạc giam cầm như vô tận*
> *Chấp nhân ngã, thị phi là oán tặc*
> *Lòng dâm ô, kiêu mạn gốc mê lầm*
> *Một lời kêu cầu danh hiệu Quán Âm*
> *Thường cung kính tức tâm tâm như nhất*
> *Trên tương hợp giác tâm đồng chư Phật*
> *Dưới độ muôn loài mở ngục tử sinh*
> *Cầu thân trượng phu trí dũng, hiền minh*
> *Cầu thân nữ nét băng trinh như ngọc.*
> *Vô Tận Ý! Quán Thế Âm thần lực*
> *Chúng sinh nên hằng lễ lạy cúng dường*
> *Nếu có người trì niệm Phật mười phương*

Tâm cung kỉnh trọn đời không thối thất
Công đức sinh chẳng bao giờ mai một
Đồng như người một lần niệm xưng danh
Bởi vì sao? Phật đồng Phật, khác tên
Tánh đồng Tướng vô biên công đức tạng".

(Trích Muôn Pháp Hội Trổ Một Hoa Vô tướng, Từ Hoa
Nhất Tuệ Tâm, 2009)

2. Từ Bi:

Đoạn sau đây nói về Bồ Tát dùng lực từ bi làm phương tiện ứng thân mà hóa độ chúng sinh, tức Quyền pháp của Bồ Tát, là một trong hai chủ đề của tập sách này:

"Ngài Vô Tận Ý chắp tay bạch Phật:
Quán Thế Âm ứng hiện cõi Sa Bà
Phổ độ sáu đường sinh tử lại, qua
Dụng phương tiện thế nào mà vô ngại?
Phật dạy rằng: Lực Từ vào biển ái
Đắc Kim Cang tam-muội ứng muôn thân
Kẻ mê lòng khởi kiến chấp ngã, nhân
Hiện nghìn tướng hóa thân từ thực tướng
Ví có Bồ Tát vào Tam Ma Địa
Tu pháp môn vô lậu bậc Trung thừa
Hằng xa lìa phiền não, bỏ ghét, ưa
Liền thị hiện Phật thân mà thuyết đạo
Hàng hữu học đạt tịch minh thâm áo
Liền hiện thân Độc Giác thuyết minh kinh
Đoạn nhân duyên được thắng giải hiện tiền
Liền đem pháp đại bi mà thuyết giảng
Người trì giới tu hạnh môn nhập diệt
Đạt pháp Không, Tứ Thánh Đế Nhị thừa
Liền hiện thân giới, định, tuệ Thanh Văn
Thuyết liễu nghĩa khiến cho người giải thoát

65

Nếu có chúng sinh mến thân trong sạch
Liền hiện thân thanh tịnh của Phạm Vương
Nếu có người cầu cảnh giới Thiên cung
Thân Đế Thích lại vì người mà hiện
Nếu người cầu có được thân thần biến
Liền hiện thân Đại Tự Tại Thiên Vương
Nếu người cầu bay bổng khắp mười phương
Liền hóa hiện thân Thiên Vương Tự Tại
Nếu người cầu thân anh hùng trí dũng
Liền hiện thân vị Thiên tướng cõi trời
Nếu như người muốn điều ngự bốn phương
Liền thị hiện Tứ Thiên Vương thân tướng
Nếu như người cầu thiên binh vạn tướng
Sai khiến quỷ thần, thống lĩnh Thiên cung
Liền ứng hiện thân Thái tử Thiên vương
Thuyết chánh pháp khiến được như ý nguyện
Nếu có người cầu hoàng cung ngọc điện
Liền vì người hóa hiện sắc thân vua
Nếu như người cầu thiên tử vạn chung
Liền thị hiện ứng thân người trưởng giả
Nếu như người thích văn đàn tao nhã
Liền hiện thân cư sĩ luận đàm kinh
Nếu như người thích quản trị, điều hành
Liền ứng hiện thân Tể quan thuyết đạo
Nếu như người thích suy tầm số thuật
Liền hiện người tu hạnh Bà la môn
Nếu như người cầu trí tuệ cửa Không
Liền hóa hiện thân người tu tịnh hạnh
Nếu như có thiện nữ nhân, nam tử
Lòng kính tin ngũ giới nhất tâm trì
Liền hiện thân Ưu bà tắc, Ưu bà di
Thuyết thiện pháp khiến người mau thành tựu

Hóa hiện giai nhân gần ngôi Vương hậu
Hướng tâm người đoan chính chốn phòng loan
Nếu có người đồng nữ hoặc đồng nam
Trí tinh vẹn, liền ứng thân thuyết đạo
Nếu có chư Thiên biết thiên đình huyễn ảo
Liền hóa thân thiên nữ hoặc kim đồng
Như gấm thêu lụa dệt sắc mây lồng
Cõi phước báu có sinh thì có diệt
Nơi bể thẳm vẫy vùng đà thấm mệt
Loài rồng thiêng nay chẳng muốn trứng rồng
Liền ứng thân vào tận cửa long cung
Thuyết chánh đạo đổi thành thân trí hạnh
Loài quỷ dữ sinh tâm cầu thân tịnh
Liền tùy tâm ứng hiện cõi Dược Xoa
Nếu nhạc thần Đế Thích Càn Thát Bà
Bỏ ý tưởng chấp thân là cố định
Liền hóa hiện tương tợ thân thiện hạnh
Thuyết lời kinh như tháo củi mở lồng
Nếu như lòng sân hận cõi Thiên ma
Bỏ tâm chấp liền ứng thân cứu giúp
Nếu như Khẩn Na La thần âm nhạc
Nghe âm giai biết thực tướng âm thinh
Liền hóa thân tương tợ thuyết lời kinh
Chánh pháp tạng có đâu rời cung bậc
Nếu như đại mãng xà bỏ tâm hung độc
Nghe Phật danh liền quy niệm nhất tâm
Như tâm Từ liền tương tợ ứng thân
Thuyết đại pháp bỏ thân nhiều oán trược
Nếu như người thích vun bồi cội phước
Thích sinh thân qua lại cõi nhân gian
Sắc là niệm, niệm khởi ứng nghìn thân
Thuyết phước báu được thân người gặp Phật

Nếu có chúng sinh vô hình, vô hữu tưởng
Muốn thoát vòng ràng buộc của thức tình
Dòng vọng tâm như trường dạ minh minh
Liền ứng hiện tương tợ thân thuyết giảng.”

(Trích Muôn Pháp Hội Trổ Một Hoa Vô tướng, Từ Hoa
Nhất Tuệ Tâm, 2009).

3. Phước tuệ:

Muốn viên mãn thì cần phải tu hành, tu hành không
ngoài phước tuệ. Trong pháp Lục Độ thì Phước tức là năm độ
đầu, tức Bố thí, Trì giới, Nhẫn nhục, Tinh tấn, Thiền định.
Tuệ là độ thứ sáu, tức Bát-nhã, cho thấy sự và lý đều đầy đủ.
Trong đoạn sau đây, bát-nhã chính là Tánh Nghe:

“Này Vô Tận Ý! Quán Thế Âm Bồ Tát
Dùng vô tác diệu lực tam-muội Kim Cang
Mở Bi tâm với tất cả chúng sinh
Phát thệ nguyện làm mất lòng kinh sợ
Mười bốn pháp ban bố tâm vô úy
Quán tâm người năng quán được âm thinh
Xoay thấy nghe về tự tánh bổn sinh
Vào nước lửa Pháp Thân nào tổn hoại
Vọng tưởng diệt chân tâm là thường trụ
Ví như người đi giữa lũ yêu ma
Có bao giờ quỷ mị ngự tâm ta
Lực vô ngại vào ra muôn ức cõi.
Luôn huân tập Cái Nghe về bản tánh
Đem sáu căn về lại một Tánh Nghe
Khiến chúng sinh đương lúc bị lâm nguy
Đao gãy đoạn như chạm vào sắt thép
Nước tĩnh lặng chỉ hoài công kiếm bén
Tánh nguyên lai chẳng lay động bao giờ
Một Tánh Nghe rỗng suốt cõi thiên thu

Xóa bóng tối u đồ bừng tuệ nhật
Nghe như không nghe, tiếng như không tiếng
Âm thinh trần nguyên hiện tánh âm thinh
Những gông cùm xiềng xích chốn ngục hình
Chẳng giam nổi thánh tâm người đạt Đạo.
Tiếng theo tiếng trả về cho tĩnh lặng
Thuần Tánh Nghe viên mãn chẳng đến đi
Đại lực Từ viên mật suốt trong ngoài
Cảnh đối cảnh, người đối người an lạc
Vững vàng như núi ai người nhổ được
Lìa sắc thanh, vọng dục vướng chi chân
Căn cảnh viên dung không sở, không năng
Ai người nói ai người nghe đối đãi
Lìa sân hận không ta, người, khôn, dại
Biết cảnh trần hư dối tướng đến, đi
Pháp giới, thân tâm như minh nguyệt lưu ly
Tâm mông muội san bằng như thạch bích."

(Trích Muôn Pháp Hội Trổ Một Hoa Vô tướng, Từ Hoa Nhất Tuệ Tâm, 2009).

4. Chân Ứng:

Nếu trí tuệ nhận ra thực tướng vạn pháp tức tánh tướng không hai, nhân quả đồng thời, một bàn tay khi úp khi mở, trăng khi tròn khi khuyết... thì đã phù hợp với pháp tánh, pháp tánh tức là tên gọi thật tướng, là pháp thân. Pháp thân đã hiển bày thì có khả năng thuận theo Chân tức Bản hoặc Thực, mà khởi ứng thân tức Tích hoặc Quyền.

"Bửu giác viên dung Kiến, Văn, Giác, Tri
Thân ứng hóa trên đường mây, bóng lá
Hiện tám muôn bốn nghìn hình tướng lạ
Khi từ bi, khi định, tuệ, oai nghi
Nói vô biên thần bí tạng chân ngôn

Vào biển khổ hải triều âm bất tuyệt
Cảnh hóa trần ví mây che mặt nguyệt
Do Văn, Tư đã đổi cảnh vô tâm
Như âm thinh vượt tường vách che ngăn
Hiện thần dụng lướt trên ngàn mẫu tự
Tín tâm minh vượt vạn trùng sóng dữ
Lòng kinh nghi khiếp hãi được bình an
Chút thịt xương kết hợp gọi là thân
Người tịnh hạnh đã từng phen buông xả
Như trí Phật trang nghiêm nghìn cõi nước
Như tâm Từ hiện Như Ý bảo châu
Cảnh trời, người ba cõi nhiếp tâm tu
Thấy Phật lực như sở cầu ứng hiện
Bậc Tịnh Thánh chúng sinh thường tâm niệm."

(Trích Muôn Pháp Hội Trổ Một Hoa Vô tướng, Từ Hoa Nhất Tuệ Tâm, 2009)

5. Dược Châu:

Hai thân Dược Thụ Vương và Như Ý Châu Vương do Phật hóa hiện. Dược là cây thuốc chúa có thể trị lành tất cả tật bệnh của chúng sinh. Châu là hạt ngọc Như Ý có thể sinh ra các vật quý báu. Sự hóa hiện của chư Bồ Tát và Chư Phật từ chân thân đều ví như ngọc châu làm ích lợi cho người khác. Chân thân hiện muôn vàn thân tướng dụ như cây thuốc quý trị lành muôn vàn thân bệnh và tâm bệnh. Các ứng thân này tùy muôn cơ duyên ứng dụng tương tự như hạt châu chiếu sáng. Thí dụ này cũng có thể giải thích theo câu chuyện một người đi vào rừng tìm được một cây thuốc quý tỏa hào quang. Người ấy mang cây thuốc về, trị lành tất cả bệnh cho những người xa gần. Cây thuốc được gọi là dược châu.

Kinh Pháp Hoa, phẩm thứ 24, hai chữ "vãng lai" trong phẩm Bồ Tát Diệu Âm Vãng Lai bao hàm ý nghĩa tinh vi về quyền thực, bản tích, chân ứng, tánh tướng nhất như.

"Trên tòa vì người hằng chuyển pháp luân
Chư Bồ Tát quỳ dưới chân phụng thỉnh
Như nhật nguyệt trải dài miền đất tịnh
Tỏa ngời thân vị Bồ Tát Diệu Âm
Dùng vô biên đại tam-muội nghiêm thân
Hạnh Bồ Tát dúm bụi hồng phù thế
Bay trong cõi kinh vàng ru sóng bể
Một lần qua rồi lại những lần qua
Vô lượng thân rụng xuống nụ tàn hoa
Mầm nhánh mới bật chồi rung chuyển đất."

(Trích Muôn Pháp Hội Trổ Một Hoa Vô tướng, Từ Hoa Nhất Tuệ Tâm, 2009)

6. Hiển Ẩn:

Hiển là phơi bày thân ứng hóa. Ẩn là ẩn kín thân chân thực. Hiển là hiển Tích. Ẩn là ẩn Bản. Hiển là hiển Quyền. Ẩn là ẩn Thực. Đây chỉ là một giai đoạn tùy cơ giáo đạo của chư Phật và chư Bồ Tát. Đến lúc cần thì lại "khai Tích hiển Bản" như trong phẩm "Như Lai Thọ Lượng" trong kinh Pháp Hoa. Đối với Bồ Tát Quán Thế Âm thì danh xưng này cũng như 32 giả danh và giả tướng lúc hiện thân Trời, thân Trưởng giả, thân Dạ Xoa v.v... chỉ là Tích mà thôi. Bồ Tát đã thành Phật tự lâu xưa với Phật hiệu là Chánh Pháp Minh Như Lai, nay hóa hiện thân Bồ Tát chính là "hồi đại hướng tiểu".

"Phật dạy rằng: Cũng nên chớ sinh lòng
Khởi ý tưởng cõi Diêm Phù hạ liệt
Vô lượng chúng sinh, chẳng hư, chẳng thiệt
Phật Thích Ca thương xót ứng hiện thân
Giáo pháp cho người, điều phục khó khăn
Chư Bồ Tát mang thân hình đen đúa
Chẳng như ông - từ nhân lành kết quả
Được sắc thân sáng rực, trí quang minh

Như thân ta trùm khắp đại tam thiên
Sắc thân Phật cõi Diêm Phù chẳng vậy.
Ngài Diệu Âm bạch rằng: Như uyên hải
Con nay qua đến cõi nước Diêm Phù
Nương oai thần, Phật lực khối tâm hư
Nhập tam-muội dụng thần thông như ý."

(Trích Muôn Pháp Hội Trổ Một Hoa Vô tướng, Từ Hoa
Nhất Tuệ Tâm, 2009)

7. Quyền Thật

Phần này đã nói các trang trên, ở đây không cần thiết
phải nhắc lại. Nếu đứng trên phạm vi giáo đạo mà luận thì
Tứ trí hợp với Tứ giáo như đã nói trên, nhưng tóm lược mà
nói không ra ngoài hai trí là Quyền và Thật.

"Phật lại dạy rằng: Hỡi này Hoa Đức!
Bồ Tát Diệu Âm biến hóa muôn thân
Dùng âm thanh mà hoán chuyển tam luân
Dâng kỹ nhạc khiến chúng sinh nhiếp ý
Cảm hóa tâm người đưa về nhất thể
Độ tam đồ cũng vẫn nói kinh này
Hoặc hậu cung ứng hiện bậc vương phi
Đại thần lực đến đi không tổn giảm.
Nếu tương ưng pháp Thanh Văn độ thoát
Liền ứng thân người tu hạnh nhị thừa
Nếu độ người mến thích cảnh thanh u
Rừng suối vắng liền hiện thân Duyên Giác
Người phát đại tâm năng cầu đại pháp
Liền hiện thân Bồ Tát nói lục hành
Nếu người cầu thấy Phật chuyển mê tình
Trên đài báu hiện ngồi tòa chư Phật.
Chỗ chúng sinh biếng lười tâm thối thất
Liền vì người thị hiện nhập Niết Bàn

Đại thần thông trí tuệ khó so lường
Như đại hải, biển âm thinh vô ngại."

(Trích Muôn Pháp Hội Trổ Một Hoa Vô tướng, Từ Hoa
Nhất Tuệ Tâm, 2009).

8. Bổn Tích

Quyền Thực là luận về chiều rộng, Bổn Tích là luận về
chiều cao. Thực ra chư Phật vì căn tánh chúng sinh cao thấp
mà thuyết ra giáo pháp cao thấp, tùy căn cơ chúng sinh hạn
hẹp mà thuyết ra giáo pháp rộng sâu. Tự tánh Pháp không
cao không thấp không rộng không hẹp.

"Lại thưa rằng: Vị Diệu Âm Bồ Tát
Trồng cội căn lành độ thoát thế gian
Bạch Thế Tôn! Chánh định khó nghĩ bàn
Xin được dạy những gì là tam-muội?
Phật lại dạy rằng: Hỡi này Hoa Đức!
Chánh định là Hiện Nhất Thiết Sắc Thân
Danh vô danh, tướng vô tướng chuyển luân
Luôn khai triển vô lậu tâm hằng hữu."

(Trích Muôn Pháp Hội Trổ Một Hoa Vô tướng, Từ Hoa
Nhất Tuệ Tâm, 2009).

9. Duyên Liễu

Trong Quán Âm Huyền Nghĩa Ký, sư Tri Lễ nói: "Liễu
là biểu hiện phát ra, duyên là cung cấp giúp đỡ. Cung cấp
giúp đỡ cho Pháp thân phát ra biểu hiện rõ ràng. Liễu là trí
quán Bát-nhã, cũng gọi là tuệ hành chánh đạo trí tuệ trang
nghiêm. Duyên là giải thoát, hành hạnh trị đạo phước đức
trang nghiêm. Đại Luận chép: "Một người có thể làm cỏ - một
người có thể gieo trồng. Gieo trồng dụ cho duyên, làm cỏ dụ
cho liễu. Nói chung về giáo thì các giáo đều đầy đủ nghĩa
duyên liễu."

Ngoài nghĩa trên, Từ Hoa tôi xin được phép giải thích với một nghĩa khác là "sinh nhân" và "liễu nhân" không phải là hai.

"Này Hoa Đức! Xưa Diệu Âm Bồ Tát
Hiện thân này cũng pháp hiệu Diệu Âm
Sắc và thanh đâu ngoài một nguồn tâm
Tâm tinh vẹn ví gặp hằng sa Phật.
Thanh vô thanh - không người và không vật
Nên vào ra vô ngại ứng muôn thân
Tùy hạnh duyên qua lại bể trầm luân
Như tiếng sóng vỗ đôi bờ sinh tử."

(Trích Muôn Pháp Hội Trổ Một Hoa Vô tướng, Từ Hoa Nhất Tuệ Tâm, 2009).

10. Trí Đoạn:

Trí tức Trí Đức, là trí chiếu soi chân lý, chỉ cho Bồ Đề. Đoạn tức Đoạn Đức, là trí diệt vô minh, chỉ cho Niết Bàn. Cũng có nghĩa là dùng trí tuệ bát-nhã chuyển hóa vô minh.

"Muôn cõi tịnh đạo tràng là thế giới
Vào thế gian chẳng hoại pháp thế gian
Pháp tử mười phương đảnh lễ cúng dàng
Là trí tuệ đồng hằng sa chư Phật
Lục căn viên thông, cảnh tâm bất nhị
Như mặt gương hiện rõ nghiệp chúng sinh
Vô lậu căn thân, kính trí Đại Viên
Thể tròn sáng tánh Không Như Lai Tạng
Tri kiến đồng Phật hiện thân đồng Phật
Vào tận mật ngôn, mật ngữ Như Lai
Sinh ra Văn-Thù nhiều đến sáu mươi hai
Số hạt cát sông Hằng nghìn thế giới
Trăm ức mặt trời hiện trăm ức cõi
Vòng trăng xanh nguyệt chiếu mỗi song mây

Pháp Như Lai tùy phương tiện mãn khai
Tùy căn tánh chúng sinh mà thuyết giáo.
Đắc nhĩ căn viên thông vô thượng đạo
Vô tác thần thông diệu đức bất tư nghì."

(Trích Muôn Pháp Hội Trổ Một Hoa Vô tướng, Từ Hoa Nhất Tuệ Tâm, 2009).

Phần V

Khái niệm về Diệu Cảm Ứng, Diệu Thần Thông và Phổ Hiện Sắc Thân Tam-muội của Pháp Hoa Tông đối chiếu với Thánh đạo tại Việt Nam

Khái niệm về Bản Môn và Tích Môn Thập Diệu của Thiên Thai Trí Khải qua Diệu Cảm Ứng, Diệu Thần Thông, và Phổ Hiện Sắc Thân Tam-muội thể hiện cụ thể qua Thánh Đạo tại Việt Nam như thế nào?

Thiên Thai Trí Khải đưa ra hai loại Thập Diệu là Bản môn Thập Diệu và Tích môn Thập Diệu.

Đại sư nói:

"Thần lực của kinh Pháp Hoa thuần diệu. Thế cho nên, trong phẩm Tựa nói có mười tướng "điềm lành" đều biểu hiện cho diệu. "Đất đều nghiêm tịnh" tức biểu hiện Lý vi diệu. "Phóng ánh sáng giữa chặng mày" tức biểu hiện Trí vi diệu. "Nhập vào Tam-muội" tức là biểu hiện Hành vi diệu. "Trời mưa bốn loại hoa" tức biểu hiện Địa vị vi diệu. "Gió thổi hương chiên đàn" tức biểu hiện Thừa vi diệu. "Bốn chúng đều nghi ngờ" tức là biểu hiện căn cơ. "Thấy một vạn tám ngàn cõi" tức biểu hiện sự ứng hiện. Hai lãnh vực này là nói rõ sự Cảm Ứng vi diệu. "Mặt đất rung động sáu cách" tức là biểu hiện Thần thông vi diệu. "Trống trời tự nhiên kêu và vì chúng sanh mà nói pháp" tức là biểu hiện Thuyết pháp vi diệu. "Trời rồng và đại chúng đều hoan hỷ" tức là biểu hiện Quyến thuộc vi diệu. Lại nữa "thấy Phật tử tu nhiều loại hạnh" tức là biểu hiện Lợi ích vi diệu."

Bản môn biểu thị Cửu Viễn Phật, vì Bồ Tát tăng trưởng trí tuệ Trung đạo, giảm thiểu biến dịch sinh tử, đây là quả tự hành. Mục đích của Tích môn là đưa ra tiến trình đoạn trừ mê vọng, ngộ nhập Trung đạo, đây là nhân tự hành. Cả hai đều là những cảnh giới bất tư nghì. Tích, nói một cách đơn giản, chính là sự thị hiện trong thế gian nhằm vào mục đích hóa đạo.

Bản môn Thập Diệu gồm có:

1. Bản nhân diệu: nhân tu hành vi diệu (của Bản Phật)

2. Bản quả: quả tu hành vi diệu

3. Bản quốc độ: cõi nước vi diệu

4. Bản cảm ứng: Phật trí độ chúng sinh ứng với cơ cảm của chúng sinh

5. Bản thần thông: thần thông vi diệu

6. Bản thuyết pháp: thuyết pháp vi diệu

7. Bản quyến thuộc: người nhận sự giáo hóa là quyến thuộc vi diệu

8. Bản Niết bàn: Niết Bàn thường trụ của Bản Phật vi diệu

9. Bản thọ mạng: Thọ mạng của Bản Phật vi diệu

10. Bản lợi ích: Lợi ích chúng sinh vi diệu

Tích môn Thập Diệu gồm có:

1. Cảnh diệu: Cảnh vi diệu đối với trí

2. Trí diệu: Trí tuệ quán chiếu vi diệu

3. Hạnh diệu: Hạnh tu vi diệu

4. Vị diệu: Giai vị vi diệu

5. Tam pháp diệu: Tam quỹ (chân tính, quán chiếu, tư thành) vi diệu

6. Cảm ứng diệu: căn cơ chúng sinh và ứng hiện của Phật vi diệu

7. Thần thông diệu: thần thông thị hiện cứu độ chúng sinh vi diệu

8. Thuyết pháp diệu: giáo pháp thuyết ra vi diệu

9. Quyến thuộc diệu: những người thừa tự giáo pháp vi diệu

10. Lợi ích diệu: Lợi ích chúng sinh vi diệu

Hầu hết những khái niệm nói trên đã được nói rõ trong 2 bản dịch "Luận về Pháp Hoa Huyền Nghĩa", nguyên tác Anh ngữ do Giáo sư Haiyan Shen biên soạn tại Đại Học Bắc Kinh, Từ Hoa Nhất Tuệ Tâm dịch, Phương Đông xuất bản 2008, và Nền tảng Phật học Thiên Thai Tông, nguyên tác Anh ngữ do Giáo sư Paul Swanson biên soạn, Từ Hoa Nhất Tuệ Tâm dịch, Phương Đông xuất bản 2010). Trong phạm vi tập sách này tôi chỉ giới thiệu khái niệm về Bản Môn và Tích Môn Thập Diệu của Thiên Thai Trí Khải, sau đó chứng minh sự thể hiện của khái niệm này trong Thánh Đạo qua hai đề mục Diệu Cảm Ứng, Diệu Thần Thông, và Phổ Hiện Sắc Thân Tam-muội thuộc Tích môn Thập diệu.

A. Diệu Cảm Ứng (T33, 749c-751c)

Thiên Thai Trí Khải bắt đầu diễn tả một con đường đạt đến Phật giới qua Phật lực, đó là con đường thuyết giáo hoán chuyển chúng sinh với nhiều phương cách. Muốn giác ngộ chúng sinh thì giáo pháp phải phù hợp trong việc đáp ứng căn cơ chúng sinh. Đó là lý do sư Trí Khải đưa ra đề mục Diệu Cảm Ứng.

Pháp Hoa Huyền Nghĩa, quyển 6, nói: "Trong phần nêu ra cảm ứng thì nước ví như cảm, trăng ví như ứng, trăng nước hòa hợp gọi là cảm ứng đạo giao." Lại nói "chỉ có Phật cùng Phật mới thấu suốt Thật Tướng của các pháp" tức là Pháp thân. "Trí tuệ của ta đạt được vi diệu bậc nhất" tức là Báo thân. "Danh xưng rộng khắp" tức là Ứng thân". Kinh A Hàm nói: "Chúng sanh có căn cơ thiện nên Thánh nhân mới ứng đến."

Thiên Thai Đại Sư chia Diệu Cảm Ứng ra làm 5 phần: Cảm và ứng, đặc tính của cơ cảm và ứng, những loại cơ cảm khác nhau, sự tùy thuận giữa Cảm và Ứng, luận về thô và tế.

I. Cảm và Ứng:

Trong phần này, có ba khía cạnh được nói đến: Giải thích tên tức chuyển đạt ý nghĩa của từ ngữ Cơ và Ứng. Giải thích qua Tứ Tất Đàn tức giải thích về Cơ và Ứng qua nội dung Tứ Tất Đàn. Đưa ra sự khế hợp tức làm sáng tỏ mối tương quan giữa Cơ và ứng.

1. Giải thích tên Cơ và Ứng:

Có ba nghĩa về chữ Cơ.

a. Nghĩa thứ nhất là "vi" khi nói đến sự nhiệm vi chuyển động. Chỗ này nói về vị thế ngay trước khoảnh khắc sự thanh tịnh của chúng sinh phát khởi. Thiên Thai Trí Khải nói: "Chúng sinh có thiện tánh có thể phát sinh, và thiện tánh này từ từ lố dạng."

Đại Sư giải thích thiện tánh này có năng lực phát khởi. Vì sự khả hữu này, sự đáp ứng của bậc Thánh đóng một vai trò quan trọng để thiện tánh này được phát sinh. Sư Trí Khải nói: "Chúng sinh có thiện tánh có thể phát sinh, và vì vậy nếu bậc Thánh đáp ứng, thiện tánh này có thể sinh khởi, nếu bậc Thánh không đáp ứng, thiện tánh này không thể phát sinh."

b. Nghĩa thứ hai của chữ Cơ là liên quan, Trí Khải nói: "Chúng sinh có tánh thiện hoặc tánh ác, là cái cần đức từ và bi của bậc Thánh cứu độ."

c. Nghĩa thứ ba của chữ Cơ là thích ứng. Sư Trí Khải nói: "Nếu chư Phật muốn cứu chúng sinh thoát cái khổ vì vô minh, dùng pháp thích hợp là đức bi. Nếu chư Phật muốn ban bố pháp tánh an lạc, dùng pháp thích hợp là đức từ."

Ba nghĩa của chữ Ứng:

a. Một cách để làm sáng nghĩa chữ Ứng là thêm vào chữ "đến gần".

Sư Trí Khải nói:

"Chữ Cơ gồm nguyên lý được sinh khởi. Khoảnh khắc khi Cơ vừa xảy ra, bậc Thánh đến với Cơ, và khiến thiện tánh nơi Cơ phát hiện. Vì thế, ý nghĩa "đến gần" được dùng để giải thích chữ Ứng.

b. Một từ ngữ chính xác khác để diễn tả ý nghĩa chữ Ứng là chữ "Tùy", vì ám chỉ một sự hòa hợp giữa chúng sinh, là những kẻ nhận, và Như Lai là người cho.

c. Nghĩa thứ ba của Ứng là đáp ứng.

Sư Trí Khải lập luận:

"Bởi vì chữ Cơ có nghĩa là thích hợp, phương pháp thích hợp nào có thể được dùng để đáp ứng. Dùng Từ và Bi thích hợp với Thiện và Ác. Bi thích ứng trong việc cứu chúng sinh thoát khổ, và Từ thích ứng trong việc ban bố an lạc. Trong trường hợp này tùy thuận theo vị thế, chư Phật dùng những phương tiện thích hợp để đáp ứng. Vì vậy, ý nghĩa đáp ứng được dùng để giải thích chữ ứng.

2. Giải thích qua Tứ Tất Đàn:

Tứ Tất Đàn được dùng để diễn tả trực tiếp và sâu sắc hơn lần lượt qua ba nghĩa của chữ Cơ và chữ Ứng nói trên vì Sư Trí Khải luận về bốn nghĩa của Tứ Tất Đàn:

(i) Thế Tục Tất Đàn hỗ tương với Cơ và Ứng: Sự hỗ tương này có từ nghĩa Vi của chữ Cơ như đã nói trên, và từ nghĩa "tiến đến gần" của chữ Ứng. Hai ý nghĩa này cho thấy hoạt dụng của chư Phật tùy thuận với cái chúng sinh vui thích muốn nghe và muốn có, là đặc tính của Thế Tục Tất Đàn.

(ii) Đối Trị Tất Đàn hỗ tương với Cơ và Ứng: Tất Đàn này hiển lộ ý nghĩa "Từ và Bi đáp ứng khế hợp" thấy từ chữ Cơ, và hiển lộ trong nghĩa "tiến đến gần" từ chữ Ứng. Với đức Bi, chư Phật đáp ứng chúng sinh đang chịu khổ; với đức Từ chư Phật đáp ứng sự phát sinh bản tánh thanh tịnh có thể phát khởi của chúng sinh.

(iii) & (iv) Vị Nhân Tất Đàn và Đệ Nhất Nghĩa Tất Đàn tương quan với Cơ và Ứng: Vị Nhân Tất Đàn khế hợp để có thể phát sinh tánh thanh tịnh qua Sự, và Đệ Nhất Nghĩa Tất Đàn khế hợp để có thể phát sinh tánh thanh tịnh qua Lý.

3. Khế hợp:

Làm sáng tỏ mối tương quan giữa Cơ và Ứng qua ba cách nhìn:

(i) Trước hết, Sư Trí Khải tuyên thuyết rằng đặc tính của Cơ và ứng không giống nhau, và cũng không khác nhau. Điểm này được nói qua cái nhìn về Lý và Sự. Với Lý, Cơ và Ứng không khác, vì cả hai cùng thực tại. Với Sự, cả hai không giống, vì Cơ liên quan đến cảm của chúng sinh, và ứng liên quan đến sự đáp ứng của chư Phật.

(ii) Lối nhìn thứ hai về Cơ và Ứng được nhấn mạnh bởi một tỷ dụ về mối tương quan giữa con và cha. Con tượng trưng cho chúng sinh, cha tượng trưng cho Như Lai. Lý tánh của chúng sinh và của chư Phật thì không khác nhau, tuy vậy, cả hai cũng không đồng nhau, bởi vì lý tánh của chúng sinh thì ẩn mà Như Lai thì hiển.

(iii) Lối nhìn thứ ba về Cơ và Ứng đồng như nhau vì chẳng cùng chung Sự cũng chẳng cùng chung Lý. Tuy nhiên, hai điều này thì khác biệt: khi chúng sinh nhìn Sự, bậc Thánh hiểu Lý; khi bậc Thánh hiểu Sự, kẻ vô minh giữ

Lý. Nói cách khác, khi chúng sinh bị mê hoặc trong thế giới hiện tượng, bậc Thánh có tri kiến về Lý ; khi bậc Thánh có tri kiến về thế giới hiện tượng khi vào thế tục hoán chuyển chúng sinh, kẻ vô minh đã sẵn có lý Phật tánh.

II. Giải thích đặc tính của Cơ và Ứng (T33, 747b-748b)

Trong phần này, có hai điểm cần nói đến sự giải thích những đặc tính của Cơ trong tương quan với Thiện và Ác, và luận về những đặc tính của Ứng trong tương quan với Từ và Bi.

(1) Giải thích những đặc tính của Cơ trong tương quan với thiện và ác: Ác chỉ cho những điều tà vạy mà chúng sinh có, và Thiện chỉ cho những chủng tử lành bên trong chúng sinh. Cấu trúc của Cơ dựa trên cả hai thiện và ác. Như Nhất Xiển Đề là chúng sinh chỉ có sự tà vạy nên không thấy được sự đáp ứng của chư Phật. Tuy nhiên, khi kẻ Nhất Xiển Đề sinh tâm sám hối thì trở thành Cơ, nghĩa là có cả hai mặt thiện và ác.

(2) Luận về những đặc tính của Ứng trong tương quan với Từ và Bi: Từ là phương tiện chư Phật dùng khiến cho mầm mống thanh tịnh bên trong chúng sinh phát khởi. Bi là phương tiện chư Phật dùng để cứu chúng sinh thoát khổ. Sự hội nhập của hai yếu tố này, như phương cách đáp ứng, có thể làm chúng sinh thoát khổ và được an lạc trong thiền định.

III. Giải thích những loại Cơ Cảm khác nhau (T33, 748c)

Phần này giải thích những loại Cơ Cảm tiếp nhận những đáp ứng khác nhau của chư Phật.

1. Trước nhất, Sư Trí Khải phân ra bốn loại tương hợp giữa Cơ và Ứng:

(i) Mật cơ minh ứng là loại tương ưng thứ nhất. Mật cơ có nghĩa rằng tánh tịnh ẩn tàng, chỉ cho những thiện hạnh đã tu tập trước kia. Mặc dù không có những đáp ứng hiển lộ trong hiện tại, chúng sinh vẫn thầm tiếp nhận được những lợi ích từ Pháp thân. Gọi là "thầm tiếp nhận" khi sự thanh tịnh của chúng sinh không hiển lộ qua thấy và nghe, nhưng vẫn được chư Phật cảm nhận.

(ii) Mật cơ hiển ứng là loại tương ưng thứ hai, có nghĩa rằng một chúng sinh đã gieo trồng hạt giống thiện lành trong những kiếp đã qua, sẽ được lợi ích đáng kể trong kiếp hiện tại khi nghe giáo lý của Phật.

(iii) Hiển cơ hiển ứng là loại tương ưng thứ ba, chỉ cho những chúng sinh gìn giữ miên mật ba nghiệp thân, khẩu, và ý trong đời hiện tại, có thể tiếp nhận được sự đáp ứng của chư Phật.

(iv) Hiển cơ mật ứng là loại tương ưng thứ tư chỉ cho những chúng sinh tu tập miên mật trong đời hiện tại, có thể chưa nhận được đáp ứng thù thắng, nhưng vẫn âm thầm tiếp nhận những lợi ích từ chư Phật.

2. Thứ hai, sự tương hợp giữa Cơ và Ứng có thể mở rộng ra ba mươi sáu tướng trạng, căn cứ vào bốn trường hợp căn bản nói trên. Căn cơ chúng sinh (Cơ) được phân ra bốn nhóm tùy thuận theo Tứ Bất Định (Four Alternatives), và chỉ quá khứ, hiện tại hoặc vị lai.

Sư Trí Khải nói:

"Nói rằng có cơ cảm tiềm ẩn, cơ cảm hiển lộ và chẳng tiềm ẩn cũng chẳng hiển lộ. Tiềm ẩn là quá khứ, hiển lộ là hiện tại, và chẳng tiềm ẩn cũng chẳng hiển lộ là tương lai."

Từng trường hợp trong bốn trường hợp chứa đựng những tướng trạng tương quan với những đáp ứng khác nhau, như là: (i) Mật cơ minh ứng (ii) Mật cơ hiển ứng (iii) Mật cơ diệc minh diệc hiển ứng (iv) Mật cơ phi mật phi hiển ứng. Mỗi trường hợp trong bốn trường hợp được nhân với bốn tướng trạng, thành mười sáu tướng trạng về Cơ. Cũng vậy, có mười sáu tướng trạng về Ứng. Cơ và ứng hội tụ thành ba mươi hai tướng trạng. Cộng bốn trường hợp căn bản vào ba mươi hai tướng trạng này, tổng cộng ba mươi sáu tướng trạng về Cơ của chúng sinh và ứng của chư Phật. Ba mươi sáu tướng trạng Cơ và ứng này cho thấy rằng sự đáp ứng của chư Phật thay đổi qua nhiều hình thức và luôn thích hợp với cơ cảm của chúng sinh.

Vấn đáp trong Pháp Hoa Huyền Nghĩa, q.6, như sau:

Hỏi: Đã có thiện ác thì đều được làm căn cơ, những ai không có thiện ác đều được cảm ứng thì có lợi ích không?

Đáp: Như người bệnh ở đời, mời lương y đến chữa trị nhưng có hết bệnh và không hết bệnh. Căn cơ cũng như vậy, có thuần thục và không thuần thục nên cảm ứng có xa, có gần.

3. Thứ ba, Trí Khải nói về những cơ cảm khác nhau của chúng sinh và những đáp ứng khác nhau của chư Phật qua ba nghiệp với ba giai đoạn thời gian, mười pháp giới, tự hạnh của Phật và hạnh giác tha của Phật, và mỗi pháp giới trong mười pháp giới gồm thu chín pháp giới kia, tổng cộng sáu mươi bốn ngàn tám trăm tướng trạng. Điều này để nói rằng mỗi người có ba nghiệp thân, khẩu và ý. Mỗi một nghiệp có ba mươi sáu tướng trạng liên quan đến cơ và ứng. Tất cả là một trăm lẻ tám tướng trạng liên quan đến ba nghiệp. Khi các tương hợp giữa cơ và ứng được nói qua ba đời trong một pháp giới, tổng cộng ba trăm hai mươi bốn tướng trạng. Khi các tương hợp giữa cơ và ứng được nói qua mười pháp giới, tổng cộng ba ngàn hai trăm bốn mươi tướng trạng giữa cơ và ứng. Khi các tương ưng giữa cơ và ứng được nói qua tự giác

và giác tha của chư Phật trong mười pháp giới, tổng cộng sáu ngàn bốn trăm tám mươi tướng trạng giữa cơ và ứng. Khi các tương hợp giữa cơ và ứng được nói qua từng pháp giới gồm thu chín pháp giới kia, tổng cộng sáu mươi bốn ngàn tám trăm tướng trạng giữa cơ và ứng.

Phần vấn đáp trong Pháp Hoa Huyền Nghĩa, q.6, ghi lại như sau:

Hỏi: Thiện ác của chúng sanh có mặt trong ba thời, vậy thời nào làm căn cơ. Pháp của Thánh nhơn cũng có mặt trong ba thời vậy thời nào làm cảm ứng? Quá khứ đã qua, hiện tại không trụ và tương lai thì chưa đến nên cũng không thể làm căn cơ, cũng không thể cảm ứng vậy tại sao luận về căn cơ cảm ứng?

Đáp: Nếu xét theo ở lý bao trùm cùng khắp thì cả ba thời đều không thể được cho nên không có căn cơ cũng không có cảm ứng. Do đó kinh nói "chẳng phải nói Bồ-đề có quá khứ hiện tại và vị lai mà chỉ lấy văn tự của thế tục để nói có ba thời". Vì lực của bốn Tất đàn tùy thuận chúng sanh mà nói: Hoặc dùng thiện quá khứ làm căn cơ cho nên nói "nhờ phước quá khứ của chúng con nên nay mới gặp được Phật". Lại như năm người trong phẩm phương tiện đối với quá khứ tích tập Phương Tiện mà nay phát khởi chơn thật tức dễ, còn không tích tập nay khó mà phát khởi chơn thật. Do đó dùng thiện ở quá khứ làm căn cơ. Hoặc dùng thiện của hiện tại làm căn cơ như nói "ngay khi sanh khởi niệm này thì Phật hiện ra ở giữa không trung". Hoặc dùng thiện của vị lai làm căn cơ nghĩa là "những pháp thiện chưa sanh thì làm sao sanh khởi". Lại như vô lậu tuy không có tập nhân mà có khả năng cảm ứng đến Phật. Đại Luận nói "ví như hoa sen ở trong nước có đã sanh, mới sanh và chưa sanh. Nếu không được ánh sáng của mặt trời nuôi dưỡng thì sẽ chết chứ không còn nghi ngờ gì nữa. Pháp thiện trong ba đời của chúng sanh, nếu không gặp được Phật thì không do đâu có thể được thành tựu v.v... Nên biết, pháp ác cũng như vậy, hoặc vì tội ở quá khứ nay thảy đều sám hối, hoặc hiện tại tạo ra các điều ác cũng đều xin sám hối, hoặc tội ở vị lai nên đoạn tâm tương tục ngăn ngừa tội lỗi cho nên gọi đó là cứu độ. Vì sao? Vì quá khứ tạo ác nên ngăn cản Lý thiện hiện tại không thể khởi lên. Nay vì trừ diệt ác này cho nên mới cầu Phật gia hộ. Lại nữa quả hiện tại với khổ báo bức bách chúng sanh nên cầu cứu vớt. Lại nữa, ác trong đời vị lai cùng thời gặp nhau, nên ngăn cản khiến không khởi lên. Vì thế, thông suốt dùng ác của ba thời làm căn cơ và cảm ứng cũng như vậy. Hoặc dùng từ bi của quá khứ làm cảm ứng cho nên nói "Ta vốn lập thệ nguyện muốn khiến chúng sanh đạt được pháp này". Hoặc dùng từ bi của hiện tại làm cảm ứng nghĩa là tất cả trời, người A-tu-la đều ứng đến đây vì nghe pháp nên "người chưa được độ khiến được độ". Lại nữa, dùng vị lai làm cảm ứng tức như trong phẩm Thọ Lượng nói: "đời vị lai làm lợi ích cho chúng sanh", cũng như trong phẩm "An Lạc Hạnh nói: "Khi Ta đạt được tâm Bồ-đề sẽ dẫn dắt chúng sanh được trụ vào trong pháp ấy." Nếu luận thông suốt thì thiện, ác ba đời đều làm căn cơ. Nếu luận riêng biệt thì chỉ lấy thiện ác của vị lai làm căn cơ chính yếu, vì sao? Vì quá khứ đã qua, hiện tại đã định nên chỉ vì bạt trừ của vị lai mà sanh khởi pháp thiện của vị lai!"

IV. Sự khế hợp giữa Cơ và Ứng. (T33, 748c-749b)

Trong phần này Sư Trí Khải đưa ra 4 điểm:

(1) "Khổ và Lạc qua những hiện hữu khác nhau khế hợp với tam-muội Từ và Bi" cho thấy rằng chư Phật với từ bi đáp ứng căn cơ khác nhau với các khổ và lạc khác nhau của chúng sinh. Các loại khổ chỉ cho cái khổ từ tâm tà vạy nơi địa ngục, gồm có:

(i) ác nghiệp

(ii) kiến tư hoặc

(iii) trần sa hoặc

(iv) vô minh.

Các loại tâm thanh tịnh gồm có:

(i) tịnh nghiệp

(ii) tri kiến Không

(iii) tri kiến Giả.

(iv) tri kiến Trung Đạo.

Căn cơ của chúng sinh nơi địa ngục gồm cả hai khổ và lạc. Chư Phật với đức Từ và Bi qua Vô Cấu Tam-muội đáp ứng căn cơ này.

Từ Bi qua Vô cấu Tam-muội gồm có:

(i) Nhân Duyên Quán Từ Bi cứu chúng sinh chịu khổ vì tà hạnh, và ban an lạc vì thiện hạnh.

(ii) Tri Không Quán Từ Bi, thoát khổ từ cái thấy và nghĩ sai lầm, và ban vui vô lậu.

(iii) Tri Giả Quán Từ Bi, thoát khổ từ trần sa hoặc, ban vui được Đạo chủng trí.

(iv) Tri Trung Đạo Quán Từ Bi, thoát khổ vì vô minh, ban vui từ Pháp tánh.

(2) Tương quan giữa Chỉ và Quán đưa ra sự hỗ tương ba nghĩa của chữ Cơ với ba nghĩa của chữ Ứng. Hắc nghiệp địa ngục là nghĩa của chữ Vi (slightness), quan (involve), và thích ứng (suitable). Ba nghĩa của chữ Cơ liên hệ đến Vô Cấu Từ Bi tam-muội, chứa đựng ba nghĩa Phủ (approach) Tùy (to cope with), và Ứng (to respond). Cũng vậy, bạch nghiệp nơi địa ngục tương ưng với sáu nghĩa lần lượt phù hợp nhau. Nghĩa "vi tế" hợp với nghĩa "đến gần", nghĩa "liên quan" hợp với nghĩa "tùy thuận", và nghĩa "khế hợp" hợp với nghĩa "đáp ứng".

(3) Tướng tùy thuận của ba mươi sáu tướng trạng đưa ra sự hỗ tương giữa bốn tướng trạng căn bản về Cơ và ứng với bốn loại Từ và Bi như Vô cấu Tam-muội. Bốn tướng trạng căn bản về Cơ và ứng được nói đến qua hắc nghiệp và bạch nghiệp địa ngục, gọi là mật cơ mật ứng, mật cơ hiển ứng, hiển cơ hiển ứng, và hiển cơ mật ứng. Bốn loại từ bi tam-muội đáp ứng căn cơ chúng sinh là: Nhân duyên quán từ bi, Tri Không quán từ bi, Tri Giả quán từ bi, và Tri Trung Đạo quán từ bi. Sự tùy thuận của ba mươi hai câu còn lại giữa Cơ và ứng có thể suy ra từ bốn tướng trạng căn bản này. Chỗ này cho thấy có mười sáu tướng trạng lần lượt thuận với Cơ và ứng, và mỗi nhóm trong hai nhóm mười sáu tướng trạng này tương quan với bốn loại từ bi vô cấu tam-muội.

(4) Tùy thuận giữa Biệt giáo và Viên giáo là để nói rằng khi Cơ địa ngục liên hệ với Biệt giáo, tam-muội đáp ứng cũng biệt (biệt cơ biệt ứng). Đó là, cứu khổ cho một chúng sinh không nhất thiết phải giống như sự cứu khổ tất cả chúng sinh. Cũng vậy, liễu đạt Phật tánh không bao gồm sự liễu đạt tất cả những điều khác. Khi Cơ liên quan Viên giáo, Ứng cũng viên (viên cơ viên ứng). Chỗ này có nghĩa rằng liễu đạt Phật tánh bao gồm sự liễu đạt tất cả các pháp.

Sư Trí Khải nói:

"Nếu Phật tánh không được hiểu, những hiện hữu khác cũng không được hiểu. Tuy vậy, một khi đã liễu đạt, những cái còn lại cũng sáng tỏ."

V. Luận về Thô và Tế. (T33, 749b-c)

Trí Khải nói đến 3 điểm trong phần này.

1. Giải thích thô và tế về Cơ, phân Cơ ra thô và tế trong tương quan với mười pháp giới. Cơ trong chín pháp giới

thì thô, Cơ trong Phật giới thì tế. Căn cơ thô của chúng sinh tiếp nhận sự đáp ứng khế hợp hoặc cạn hoặc sâu, tùy theo căn cơ thuần thục hoặc không thuần thục.

2. Giải thích thô và tế về Ứng, nói về những đáp ứng thô chỉ cho những đáp ứng của Bồ Tát Tạng giáo và Thông giáo. Những đáp ứng vi tế chỉ Bồ Tát Biệt giáo và Viên giáo Thập Địa. Bởi vì sự thanh tịnh của Pháp Thân, trong sáng và vô cấu như hư không hoặc trên mặt gương, Bồ Tát có thể đồng thời đáp ứng và phản ảnh trên vạn vật mà không cần phải dụng công.

3. Giải thích về khai thô hiển tế, sư Trí Khải nhấn mạnh rằng tất cả những đáp ứng của bậc Thánh qua Tứ giáo đều là những đáp ứng vi tế. Sự đối nghịch giữa thô và tế không tồn tại, vì cả hai đồng nhất, và tất cả những đáp ứng thô hợp nhất với những đáp ứng vi tế qua văn mạch kinh Pháp Hoa.

Chúng ta thấy trong Pháp Hoa Huyền Nghĩa, q. 6:

Hỏi: Căn cơ của chúng sanh và ứng cảm của Thánh nhơn là một hay là khác? Nếu là một thì chẳng phải căn cơ cảm ứng, còn nếu là khác thì tại sao lại có sự tương quan mà luận là căn cơ cảm ứng?

Đáp: Không là một mà cũng không là khác. Nếu đứng về lý mà luận thì đồng nhau cho nên không khác. Nếu đứng về mặt sự thì luận thì có khác vì có căn cơ cảm ứng cho nên không là một. Ví như mối tương quan mật thiết giữa cha và con nếu nói di thể cốt nhục là khác thì không thể. Nếu nói đồng vì cha tức con và con tức cha nên đồng thì cũng không thể. Do đó vì không là một, không là khác mà luận về cha con. Lý tánh của chúng sanh và Phật không sai khác cho nên không khác. Tuy nhiên, vì lý tánh của chúng sanh ẩn mất mà lý tánh Như Lai thì hiển bày cho nên nói không là một. Do không là một không là khác mà luận về căn cơ cảm ứng. Lại nữa đồng là chẳng phải sự, chẳng phải lý. Do khi chúng sanh đạt được sự Thánh nhơn đạt được lý, và khi Thánh nhơn đạt được sự còn phàm phu được lý cho nên luận là khác v.v…

Hỏi: "Dùng Pháp thân hay dùng Ứng thân để cảm ứng? Nếu dùng Ứng thân để cảm ứng thì Ứng thân không có chỗ nào là nguồn gốc, làm sao có khả năng cảm ứng? Nếu dùng Pháp thân ứng hiện cảm ứng thì chẳng phải Pháp thân?

Đáp: Nếu luận về các pháp thì chẳng phải đến đi. Nay chẳng phải ứng hiện chẳng phải không ứng hiện mà có khả năng ứng hiện nên cũng có thể nói Pháp thân ứng hiện cũng có thể nói Ứng thân ứng hiện. Pháp thân ứng hiện tức ngầm ẩn cho lợi ích, Ứng thân ứng hiện tức hiển lộ lợi ích."

Ngài Thiện Đạo nói: " Ai niệm Phật thì Phật niệm người ấy. Ai chuyên tâm nghĩ tưởng đến Phật thì Phật biết người ấy." Đây chính là Cảm Ứng.

Tôi nhớ có một người đọc hai câu thơ:

"Ta như lòng biển sâu,
Em như trăng lấp lánh."

Đây cũng là Cảm Ứng, nước ví như cảm, trăng ví như ứng. Người đọc thơ là cảm mà người nghe được thơ là ứng.

Sự tương liên giữa Phật, Bồ Tát, Thánh hiền và chúng sinh luôn luôn hiện hữu, mặc dù những người có ngũ nhãn có thể nhìn thấy, nhưng không cần phải được thiết lập mới có sự tương giao này. Khi nào có Cảm từ chúng sinh thì có Ứng từ chư Phật Thánh. Điều này đã được xác định không những qua lòng tin mà còn là sự trực nghiệm với vô số người, và đã được dùng như một sự khuyến tu, phổ thông nhất là pháp môn nhất tâm bất loạn chuyên trì niệm Phật. Cơ cảm của chúng sinh cũng là một tên gọi khác của tín tâm. Không có lòng tin, hoặc có lòng tin nhưng lòng tin này chưa đủ mạnh để trấn áp được cái gọi là sở tri chướng như đã phân tích ở các trang trên, thì cơ cảm của chúng sinh chưa đủ lực để tiếp nhận được sự đáp ứng từ chư Phật Thánh. Mặt khác, sự đáp ứng của chư Phật chư Thánh ở khắp mọi nơi khi đến với chúng sinh làm khơi dậy Tánh Tịnh trong chúng sinh tuy rằng cơ khác biệt, cảm cũng khác biệt nên chúng sinh nhìn thân ứng hóa của hiền thánh có khác nhau.

Trong việc truyền dạy thánh ngôn và giảng giải nghĩa lý thánh ngôn của chư Phật từ các bậc đạo sư gọi là giáo thọ thì các vị giáo thọ này không giới hạn trong hình tướng nhất định. Điểm này rất dễ thấy trong phẩm Nhập Pháp Giới thứ 39, kinh Hoa Nghiêm, khi vị Thiện Tài Đồng Tử đi về phương Nam cầu đạo, đã gặp gỡ 52 bậc thiện tri thức mang nhiều hình tướng khác nhau. Không khác với phẩm Phổ Môn thứ 25 trong kinh Pháp Hoa, sự gặp gỡ giữa Thiện Tài Đồng Tử và các bậc thiện tri thức là một diễn tiến của Cảm và Ứng. Nếu chúng ta mang mười nguyên nhân ứng hiện đã nói ở chương trên của Bồ Tát Quán Thế Âm đưa vào con đường cầu đạo của Thiện Tài Đồng Tử thì rõ ràng có sự khế hợp. Thí dụ:

"Lại thấy được kim thân Di Lặc,
Từ tối sơ chứng đắc từ tâm.
Thành tựu lục độ thậm thâm,
Hiệu là Từ Thị, pháp âm viên thành.

Thấy chứng đắc Vô Sanh Pháp Nhẫn,
An trụ Bồ Tát địa hoằng dương.
Lại thấy làm Chuyển Luân Vương,
Dạy khuyên thập thiện, dựa nương Bồ Đề.

Thấy Bồ Tát trừ mê, khuyến thiện,
Nơi hạnh từ, hóa hiện Thiên Vương.
Cõi trời thị hiện dẫn đường,
Vì chư thiên chúng, xiển dương, thuyết trình.

Thấy Bồ Tát thọ sinh địa ngục,
Trong súc sanh điều phục chúng ma.
Cứu ngạ quỷ, độ A tu la
Diễn bày Phật pháp, độ tha khắp cùng.

Thấy Bồ Tát tán dương công đức,
Sơ phát tâm đến bực viên thông.
Lục độ tam-muội thần thông
Nhẫn, từ, hạnh nguyện dùng phương tiện lành.

Trăm ngàn năm kinh hành, đọc tụng
Dùng thơ văn giảng luận nghĩa kinh.
Thuyết pháp cứu độ nhân, thiên
Hoặc nhập tam-muội, tứ thiền, định tâm.

Lại thấy cả ức muôn thế giới,
Đại Thiên Cung, Đâu Suất Thiên Cung.
Di-Lặc Bồ Tát giáng thần,
Kinh hành bảy bước, thọ thân điện vàng.

Thấy xuất gia, đạo tràng tĩnh tọa
Quán sát Bồ Đề thọ, chuyển luân.
Thuyết pháp hàng phục ma quân,
Thành Đẳng Chánh Giác, trụ thân đại từ.

Nghe tất cả lưới, linh, nhạc khí
Diễn pháp âm khó nghĩ, khó lường.
Nghe Bồ Tát thọ diệu môn,
Tu hành, bố thí, cúng dường huyễn thân.

Nghe Bồ Tát chuyển luân, xây tháp
Dựng tượng hình, thổi đại pháp loa.
Thấy chư Bồ Tát hằng sa,
Ba thời sám hối, pháp tòa phát tâm."

(Trích thi tập Nhập Pháp Giới, Từ Hoa Nhất Tuệ Tâm, 2008)

Tuy rằng Đại Sư Trí Khải diễn tả hầu như cùng tột những giao thoa giữa chúng sinh và chư Phật qua những phân tích rất tường tận về bốn tướng trạng căn bản và ba mươi sáu tướng trạng giữa Cơ và Ứng. Khi ba mươi sáu tướng trạng này trong nguồn mạch mười pháp giới, tổng số sáu mươi bốn ngàn tám trăm tướng trạng giữa Cơ và Ứng, nhưng thực tướng của sự ứng hiện vẫn là tùy duyên bất biến:

"Do ảo lực, thấy như hiện tướng,
Không từ đâu định hướng đến đâu.
Do nơi huyễn trí vô cầu,
Do sức đại nguyện thâm sâu hiển bày.

Chư Bồ Tát không đi, không lại
Không chỗ nơi, chẳng khởi, chẳng sanh.
Vì muốn điều phục chúng sanh,
Từ đại bi đến, quang minh hiển bày.

Do đại nguyện, đại từ thanh tịnh
Tùy thuận theo sở thích thọ sanh.
Dụng thần thông hiện thân hình,
Khắp nơi, khắp chốn mặc tình đến đi."
Hoặc:
"Công đức Phật như nhà ảo thuật,
Thuyết diệu môn tùy thuận thế gian.
Tâm thanh tịnh như hư không,
Chưa từng khởi niệm biện phân dị đồng."

(Trích thi tập Nhập Pháp Giới, Từ Hoa Nhất Tuệ Tâm, 2008)

B. Diệu Thần Thông (T33, 749c - 751c):

Tương quan với Cảm ứng là Thần thông, cái Diệu thứ bảy.

Đại Sư Trí Khải nói:

"Những biểu thị về Cơ và Ứng nói trên có thể khó hiển lộ nguyên lý về Diệu. Vì vậy, cần phải nói đến Diệu Thần Thông để diễn đạt những ân sủng và thầm tiết lộ nguyên lý này."

Điều này để nói rằng Cảm Ứng là tầng lớp hoạt dụng thứ nhất cứu độ chúng sinh của chư Phật. Cảm Ứng tuy trong nhiều trường hợp có vẻ như không thuyết giảng giáo lý nhưng chính đó là sự biểu hiện của giáo lý. Thần thông, mặt khác, là hành động trực tiếp của chư Phật giáo hóa chúng sinh, hướng dẫn chúng sinh thấy được giáo lý qua thần lực vi diệu.

Sư Trạm Nhiên trong Pháp Hoa Huyền Nghĩa Thích Tiêm, q. 14, nói:

"Có người quả báo đạt được thần thông, như hàng chư Thiên. Có tu tập đạt được thần thông, như các Thanh văn và các ngoại đạo, Bồ Tát Tam Tạng - Thông giáo ra khỏi Giả... Tu đạt được lại có bốn loại, như Nhị thừa Tam Tạng dùng tâm Vô lậu dựa vào căn bản Thiền, Nhị thừa Thông giáo cùng Bồ Tát Thông giáo cũng dùng tâm Vô lậu dựa vào căn bản Thiền, Bồ Tát Biệt giáo ban đầu dựa vào căn bản dụng tâm Vô lậu, tiếp đến dựa vào hằng sa Tam-muội, từ Thật Tướng mà phát sinh được thần thông vi diệu."

Sư Trí Khải luận về Diệu Thần Thông qua bốn phần:

I. Giải thích thứ đệ

II. Phân loại

III. Giải thích về những loại thần thông

IV. Giải thích về thô và tế

Phần thứ nhất nói về thứ lớp của hai bước sơ khởi trong hoạt dụng phổ độ chúng sinh. Bước thứ nhất là đề mục đã được nói đến trong những phần trước về Diệu Cảm Ứng, và bước thứ hai là đề mục trong phần Diệu Thần Thông này. Phần thứ hai cho thấy có sáu loại thần thông. Phần thứ ba nói về sự khác biệt giữa Phật lực và những thần thông khác, để nhấn mạnh sự siêu việt của Phật lực. Điều này bởi vì chỉ với lực siêu việt, mới có thể giáo và hóa chúng sinh. Phần thứ tư giải thích sự khác biệt về Phật lực khi cứu độ chúng sinh, và có thể phân ra thô và tế theo Tứ giáo. Phật lực siêu việt chư Phật sử dụng thuộc Viên giáo.

I. Giải thích về thứ đệ (T33, 749c-750a)

Sư Trí Khải lập luận rằng giáo lý của chư Phật không tách rời thần lực. Phật dụng lực thần thông trước khi bắt đầu thuyết pháp. Dùng thần lực như chuyển luân thân, thuyết pháp như chuyển luân khẩu, và biết tâm chúng sinh.

Đại sư giải thích:

"Phần mô tả về Cơ và Ứng nói trên chỉ là sự phân biệt đặc tính của Cảm và Ứng qua đó mầm mống thanh tịnh có thể phát sinh và sự đáp ứng của chư Phật có thể được ban truyền. Nói trực tiếp về sự hoán chuyển và hoạt dụng lợi ích chúng sinh chỉ tam luân chuyển bất khả tư nghị (trimandala) là thân luân, khẩu luân và tha tâm luân."

Đại sư nói:

"Kinh Anh Lạc nói Thần là tâm trời, Thông là tánh tuệ. Tâm trời là tâm thiên nhiên còn tánh tuệ là thông đạt vô ngại. Tỳ-đàm cũng nói nếu diệt mất chướng ngại và vô tri thì phát khởi tuệ tánh. Nên biết, tâm thiên nhiên và tánh tuệ cùng với sáu pháp tương ưng tức có khả năng chuyển biến tự tại cho nên gọi là thần thông."

II. Phân loại (T33, 750a-b)

Phần này kể ra sáu loại thần thông là: Thiên nhãn thông, thiên nhĩ thông, tha tâm thông, túc mạng thông, thần túc thông, và lậu tận thông.

Lối giải thích của Sư Trí Khải về chữ Thần tức thiên tâm tức tâm tánh sẵn có. Lối giải thích về chữ Thông tức tuệ tánh chỉ cho sự hội nhập không ngăn ngại.

III. Giải thích các loại thần thông (T33, 750c- 751c)

Phần này nói về các loại thần thông khác nhau có thể được chứng đắc bởi chúng sinh khác căn cơ. Dùng phương pháp khác nhau, chúng sinh có thể đắc thần thông khác nhau. Sự chứng đắc hoặc từ đan dược như của Đạo Lão, hoặc từ các phương pháp thiền định khác nhau, nhưng thần lực tối thượng của Viên giáo không thể có được chỉ qua phương tiện thiền định. Sáu thần lực của Viên giáo giản lược vào sự hội nhập sắc bén của sáu thức căn, và sự liễu đạt trong sáng của trí tuệ. Sự hợp nhất của sáu thức căn đến từ sự chứng đắc Trung Đạo.

Sư Trí Khải giải thích:

"Chính từ Chân đế đã gồm thu thông lực, hành xử tự tại, không cố công phân biệt. Vì vậy, gọi là sự chuyển hóa tự nhiên không tướng mạo của Thiền."

Thông lực này đến từ Trung Đạo, không giống các loại thần thông khác.

Pháp Hoa Huyền Nghĩa, quyển 7, nói:

"Thần thông của Tích môn có nhiều loại. Hoặc nói "nương vào pháp Bối xả, trừ nhập mười bốn sự biến hóa nhằm đạt được sáu loại thần thông vượt xa hàng ngoại đạo và thù thắng hơn cả Nhị thừa". Đây chính là thần thông của Phật thuộc Tam tạng giáo. Hoặc nói nương vào trí tuệ vô lậu của pháp thể mà đạt được sáu thứ thần thông thù thắng hơn việc nương vào pháp Bối xả. Đây là thần lực của Phật thuộc Thông giáo. Hoặc nói gom sáu loại thần thông trước làm năm thứ rồi nương vào trung đạo để phát khởi thần thông vô lậu. Sáu thần thông này là thần thông của Phật thuộc Biệt giáo. Hoặc nói trung đạo Vô Ký Hóa Hóa Thiền đều đầy đủ tất cả sự biến hóa của sáu thần thông, không khởi diệt định mà hiện các oai nghi, nói năng và yên lặng không ngăn ngại nhau, động và tịch đều không có hai lý. Lại như trong kinh hay nói về sáu tướng điềm lành, biến hóa cõi nước v.v... thì đều là thần thông của Phật thuộc Viên giáo".

IV. Luận về thô và tế (T33, 750c - 751c)

Sư Trí Khải nói đến phần này trong tương quan với Phật lực khi ứng thân phổ độ chúng sinh. Những điều liên quan đến việc phổ độ không chỉ là hóa thân của Phật đồng nhất với thân và tâm chúng sinh nhưng còn là sự hoán chuyển quốc độ Phật đồng như cõi đất chúng sinh đang sống. Sư Trí Khải tuyên thuyết rằng thần thông của chư Phật sử dụng hoặc thô hoặc tế qua Tạng giáo, Thông giáo, và Biệt giáo, ngoại trừ thần thông thuộc Viên giáo qua kinh Pháp Hoa thì chỉ thuần vi tế. Lực khế hợp chư Phật sử dụng vì chúng sinh trong chín pháp giới thì thô, ngoại trừ trong Phật giới hoặc thuần tịnh hoặc ô trược, hoặc rộng hoặc hẹp, tất cả đều vi tế vì là thần lực chân thật.

Đại sư nói trong Pháp Hoa Huyền Nghĩa, q. 6:

"Nói về thô và diệu tức là nếu nói thần thông hóa độ chúng sanh thì chẳng những biến ra thân mình đồng với chánh báo của chúng sanh, mà còn biến hiện ra cõi nước của mình đồng với y báo của chúng sanh. Như kinh Anh Lạc nói: "Khởi ứng hiện tất cả cõi nước, khởi ứng hiện tất cả thân chúng sanh."

Nếu ứng hiện đồng với chánh báo tức là thị hiện làm ảnh tượng của mười pháp giới. Nếu ứng hiện đồng với y báo tức đồng với chỗ nương tựa của mười pháp giới. Nếu ứng hiện đồng với bốn cõi ác tức dùng quán nghiệp ác với từ bi huân tập thiền hóa hiện vô ký mà ứng hiện ra những hình thể của địa ngục v.v..., hoặc tóc đen, quấn thân, hoặc khỉ vượn, nai, ngựa, chim lớn, chim nhỏ, A-tu-la v.v... đều thấy đồng với sự nghiệp của chúng. Nếu ứng hiện làm thân người và trời thì dùng quán từ bi trong thiện nghiệp huân tập vô ký biến hóa thiền tạo ra thân đường thiện. Như thân sau của Bồ Tát, chánh tuệ thác thai giáng trần, bước đi trên đất bảy bước, tẩy rửa tay chân với cành dương chi tự thanh tịnh. Sau đó lấy phi hậu sanh con rồi lánh đời mà đi xuất gia. Cho đến hình tượng của trời cũng lại như vậy, mỗi mỗi đều thấy đồng với căn nghiệp của chúng sinh."

C. Phổ hiện sắc thân tam-muội

Bồ Tát Quán Thế Âm dùng thần thông ứng hiện muôn thân, mở bày vô lượng pháp môn gọi là phổ hiện sắc thân tam-muội (普現色身三昧), hoặc hiện nhất thiết sắc thân tam-muội (現一切色身三昧).

Trong "Luận về Pháp Hoa kinh An Lạc Hạnh Nghĩa" của tôn giả Nam Nhạc Tuệ Tư, bậc tôn sư của Thiên Thai Trí Khải, (nguyên tác Anh ngữ do Giáo sư Daniel Stevenson và Giáo sư Hiroshi Kanno biên soạn, Từ Hoa Nhất Tuệ Tâm dịch, Nhà xuất bản Phương Đông 2012), nói về tam-muội này như sau đây. Tôi cũng không ngại rằng phần dẫn chứng sẽ rất dài, bởi lẽ tác phẩm do chính mình dịch thuật thì mình quen thuộc hơn. Thêm nữa, phần giải thích về "Phổ hiện sắc thân tam-muội" là phần cần thiết để bắc nhịp cầu cụ thể qua sắc tướng của chư thiên trong Thánh giáo, sẽ được nói ở những phần tiếp theo:

Riêng về "Hiện nhất thiết sắc thân tam-muội" còn gọi là "Phổ hiện sắc thân tam-muội" Nam Nhạc Tuệ Tư đưa vào tác phẩm Vô Tránh Tam-muội để trình bày năng lực thành tựu Bồ đề với cái nhìn của Phật nhãn, nhất thiết chủng trí, Như Lai thượng định (如來上定), và như thực trí (如實智). Không kể đến những lối diễn tả quen thuộc khác, hai tựa đề liên quan đến tam-muội này thực khó mà thấy rằng phổ thông khi đứng bên cạnh kinh điển Phật giáo lưu hành vào thế kỷ 6 tại Trung Hoa.

Nói vắn tắt, tên gọi "hiện nhất thiết sắc thân tam-muội" chỉ thấy trong bản kinh Pháp Hoa do sư Cưu Ma La Thập phiên dịch, dù vậy cụm từ này cũng chỉ thấy xuất hiện vào sáu trường hợp trong phẩm Dược Vương Bồ Tát Bổn Sự (T no. 262, 9.56a 26-27, 53c25-54a1), và trong phẩm Diệu Âm Bồ Tát (T no. 262, 9.56b15, 56b18, 56b27-28).

Trong Dược Vương Bồ Tát Bổn Sự: "Bấy giờ Đức Phật [Nhật Nguyệt Tịnh Minh Đức Như Lai] vì ngài Nhất Thiết Chúng Sinh Hỷ Kiến Bồ Tát cùng với chư vị Bồ Tát và Thanh văn mà nói kinh Pháp Hoa. Ngài Nhất Thiết Chúng Sinh Hỷ Kiến Bồ Tát mãn một muôn hai nghìn năm được "hiện nhất thiết sắc thân tam-muội"... Liền nói với các Bồ Tát đại đệ tử và trời, rồng, dạ xoa rằng: Các ông phải ghi nhớ, tôi nay cúng dường xá lợi Đức Phật Nhật Nguyệt Tịnh Minh Đức Như Lai. Nói xong liền ở trước tám muôn bốn nghìn tháp đốt cánh tay trăm phúc trang nghiêm mãn bảy muôn hai nghìn năm để cúng dường; khiến vô số người cầu pháp Thanh văn, vô lượng người phát tâm vô thượng chánh đẳng chánh giác, khiến trụ trong "hiện nhất thiết sắc thân tam-muội". (T no. 262,9. 53c25-54a1)

Trong phẩm Diệu Âm Bồ Tát, tam-muội này được mô tả chi tiết hơn:

"Thuở quá khứ có Phật hiệu Vân Lôi Âm Vương Như Lai,

Ứng Cúng, Chánh Biến Tri, cõi nước tên là "Hiện Nhất Thiết Thế Gian", kiếp tên Hỉ Kiến. Diệu Âm Bồ Tát ở trong một vạn hai nghìn năm, dùng mười muôn thứ kỹ nhạc cúng dường Đức Vân Lôi Âm Vương Phật, cùng dâng lên tám muôn bốn nghìn cái bát bằng bảy báu. Do nhân duyên quả báo đó nay sinh tại nước của Đức Tịnh Hoa Tú Vương Trí Phật, có sức thần thông như thế... Thiện nam tử, tam-muội đó có tên là "hiện nhất thiết sắc thân". Diệu Âm Bồ Tát trụ trong tam-muội đó có thể làm lợi ích cho vô lượng chúng sinh." Hoặc: "Đó là Diệu Âm Bồ Tát từ cõi nước của Đức Tịnh Hoa Tú Vương Trí Phật muốn cùng tám muôn bốn nghìn Bồ Tát cùng đến cõi Ta Bà này để cúng dường, gần gũi, lễ lạy nơi Ta, và nghe kinh Pháp Hoa".

Hoặc: "Ngài vào trong đài thất bảo bay lên hư không cách mặt đất khoảng bảy cây đa-la. Chư vị Bồ Tát cung kính vây quanh mà cùng đến núi Kỳ Xà Quật ở cõi Ta Bà này, rồi xuống đài thất bảo, dùng chuỗi ngọc giá trị trăm nghìn, đến chỗ Thích Ca Mâu Ni Phật, đầu mặt lễ chân Phật, dâng chuỗi ngọc cúng dường..." (T no. 262, 9.55a 27, 56c1).

Như được mô tả, vô số thánh chúng trong Pháp Hoa hội được làm cho thấy tam-muội này và Pháp Hoa tam-muội. Như vậy cả hai phẩm tạo một gạch nối giữa một tam-muội - nơi mà hành giả thị hiện muôn hình tướng, cung kính trước kinh Pháp Hoa, và một tam-muội được gọi là Pháp Hoa tam-muội. Gạch nối càng vững chắc hơn với sự kiện Pháp Hoa tam-muội chỉ được đề cập ba lần trong bản kinh Pháp Hoa. Hai trong ba lần này cũng xuất hiện trong chuyện kể về chư vị Dược Vương và Diệu Âm Bồ Tát để diễn tả loại tam-muội có thể ứng hiện tất cả hình tướng.

"Phổ hiện sắc thân tam-muội" (普現色身三昧) là một tên khác mà Nam Nhạc Tuệ Tư dùng để gọi "hiện nhất thiết sắc thân tam-muội", có thể từ "Quán Phổ Hiền Bồ Tát Hành Pháp Kinh (觀普賢菩薩行法經), liên quan đến phẩm "Phổ

Hiền Bồ Tát Khuyến Pháp" trong kinh Pháp Hoa, do sư Đàm Ma Mật Đa (Dharmamitra) dịch vào đầu thế kỷ 5. Thuật ngữ trên xuất hiện hai lần trong bản kinh này, trong hai trường hợp nói về lợi ích nghe kinh Pháp Hoa và thấy được Bồ Tát Phổ Hiền.

Ngoài những điều đã nói trong hai bản kinh Pháp Hoa và Quán Phổ Hiền Bồ Tát, và một số ít tham cứu về pháp "quán" và "kiến" rải rác trong các kinh, tam-muội dưới hai tên gọi này không thấy trong các kinh lưu hành vào thế kỷ 6 tại Trung Hoa.

Chúng ta cũng chẳng thể gán cho sự yên lặng hiển nhiên quanh tam-muội này nhiều tên gọi khác nhau từ các dịch giả, vì không tìm được tên gọi nào khả dĩ hiển lộ được những đặc điểm của tam-muội này ngoài những ý niệm đã nói ở phần trên. Điều nói ở đây bao gồm cả sự khảo sát về các tam-muội thuộc Đại thừa và cả những tam-muội được nói trong các kinh Bát-nhã Ba-la-mật, Hoa Nghiêm, Đại Tập, Niết Bàn, và những bản kinh mà Nam Nhạc Tuệ Tư căn cứ vào.

Một điều hy hữu khác thường là trong Đại Trí Độ Luận chúng ta tìm thấy cụm từ "nhất thiết biến hiện sắc thân tam-muội" (一切變現色身三昧). Nhưng thật lạ lùng, đoạn văn này chỉ tóm lược sự chứng đắc "nhất thiết sắc thân tam-muội" của Bồ Tát Dược Vương trong kinh Pháp Hoa. Như vậy, bao lâu sự khảo cứu của chúng ta còn liên hệ đến những xuất xứ vào thế kỷ 6 thì bằng chứng hiển nhiên cho chúng ta thấy rằng "hiện nhất thiết sắc thân tam-muội" và "phổ hiện sắc thân tam-muội" là những gạch nối đặc thù giữa hai bản kinh Pháp Hoa và Quán Phổ Hiền Bồ Tát. Cùng với sự kiện rằng tác phẩm An Lạc Hạnh Nghĩa trích dẫn kinh Quán Phổ Hiền Bồ Tát, chúng ta có thể cho rằng Nam Nhạc Tôn giả nói đến "hiện nhất thiết sắc thân tam-muội" và hai tên gọi kia qua con đường của các kinh Pháp Hoa và Quán Phổ Hiền Bồ Tát.

Điều đó nói lên rằng, còn có một đường nét khác của phẩm Diệu Âm Bồ Tát góp phần vào đề mục này. Hai điểm trong phẩm này, kinh Pháp Hoa thuyết chi tiết về vô số hình tướng mà Bồ Tát Diệu Âm thị hiện qua năng lực của "hiện nhất thiết sắc thân tam-muội". Nội dung phần tự thuyết thấy rõ rằng đồng nhất với cái gọi là 32 thân tướng hóa hiện của Bồ Tát Quán Thế Âm trong phẩm Phổ Môn tiếp theo phẩm Diệu Âm Bồ Tát, kinh Pháp Hoa (T no. 262, 9.56a 14-b8).

Thực vậy, khi chúng ta thâm cứu sự diễn đạt của Nam Nhạc Tuệ Tư trong phần mở đầu tác phẩm Vô Tránh Tam-muội về "hiện nhất thiết sắc thân tam-muội" thì chúng ta có thể thấy rằng nội dung sự diễn đạt của sư gần với nội dung phẩm Phổ Môn hơn là phẩm Diệu Âm. Điều này có thể rằng trong khi những tham khảo về "hiện nhất thiết sắc thân tam-muội" rất hạn chế thì những tư liệu khả dĩ chuyển đạt dựa vào tên gọi đưa đến những ý tưởng liên hệ vượt quá kinh văn trong hai bản kinh Pháp Hoa và Quán Phổ Hiền Bồ Tát. Nam Nhạc Tuệ Tư có thể đã trích dẫn những thuật ngữ không đặc biệt gần với kinh Pháp Hoa hơn là một phép hoán dụ được dùng trong một bối cảnh - tiếp giáp với thần lực và cảm ứng đạo giao - mà sư đã lắp ráp từ những xuất xứ đa dạng với lòng mong muốn xác định rõ ràng về chư đại Bồ Tát và chư Phật.

Điểm này trở nên hiển nhiên với những ẩn dụ liên quan đến những trình bày của sư về phổ hiện tam-muội, bát-nhã ba-la-mật, nhất thiết chủng trí, và đại nhẫn. Không những lối diễn tả về "phổ hiện sắc thân" và "hiện nhất thiết thân" phổ biến trong các tác phẩm của sư mà những thân tướng thị hiện với mục đích phổ độ gợi lại tam-muội thần biến của Bồ Tát Diệu Âm, kinh Pháp Hoa, gồm cả "nhất niệm tâm trung nhất thời" (一念心中一時).

Khi chúng ta đi sâu vào lãnh vực rộng lớn hơn đối với các

nguồn tư liệu được mô tả trong các tác phẩm của sư, chúng ta thấy nhiều vị trí nổi bật. Một trong những điểm đặc biệt là sự nhận chân rõ rệt về năng lực đồng thời ứng hiện muôn thân, và phương tiện phổ độ với trí tuệ bát-nhã và nhất thiết chủng trí. Điều hy hữu là cách thức Nam Nhạc Tuệ Tư đưa các tam-muội nổi tiếng và các ẩn dụ vào tự thuật của sư.

Như "phổ hiện sắc thân tam-muội", đa số tên gọi các tam-muội được nhắc đến trong các tác phẩm của Nam Nhạc Tuệ Tư đối ứng xác đáng với kinh và luận của Phật giáo Ấn Độ. Một số (dù rằng không thể nói là tất cả) có thể truy nguyên từ những tam-muội được liệt kê trong các kinh Đại thừa. Thí dụ, những tên gọi được Nam Nhạc Tuệ Tư trích dẫn thấy trong Đại Bát-nhã và Đại Trí Độ Luận, hầu hết trong danh sách 108 tam-muội thuộc Đại thừa được tán thán trong kinh điển, hoặc từ những kiểm kê liên quan đến tam-muội].

Những trang trên đã dẫn chứng sự hóa hiện của Bồ Tát Quán Thế Âm và Bồ Tát Diệu Âm như những hình ảnh cụ thể ghi lại trong kinh văn. Người học Phật cũng rất quen thuộc với những câu chuyện về tiền thân Đức Thích Ca do chính Ngài kể lại với câu kết luận: "vị tỳ-kheo ấy (hoặc vị tiên nhân nhẫn nhục ấy) chính là thân Ta vậy." Những câu kinh ghi lại sự hóa hiện của Đức Thích Ca thì không bao giờ bị phủ nhận hoặc nghi ngờ bởi lẽ kinh nói, nhưng khi chúng ta nghe nói về bất cứ sự hóa hiện nào, hoặc từ ma quỷ, từ thần linh, cho đến chư thiên thì chúng ta liền khởi mối nghi. Thực sự, không có gì sai lầm khi khởi nghi. Nghi ngờ là một yếu tố cần thiết trước khi đến với sự tin tưởng chính đáng. Nghi rồi tin vẫn hơn là không nghi mà vội vàng tin nhận, hoặc không nghi cũng không tin.

Trở lại với những sự hóa hiện của Bồ Tát, thánh hiền, thần tiên, nói chung là của chư thiên, được người Việt Nam ghi lại qua những chuỗi thời gian trong lịch sử, chúng ta thấy rằng những bút tích này không thể bị phủ nhận chỉ vì một lý do rất đơn giản như: "Chúng ta không có thiên nhãn, biết đâu là thần thánh, đâu là ma quỷ." Lập luận trên rất lợi ích và từ bi đối với những người không biết đâu là chánh tín, đâu là mê tín. Trái lại, lập luận trên vấp phải một khuyết điểm là bỏ quên sự phân tích tường tận pháp Quyền Thực là con đường du hóa của chư Phật, chư Thiên trong hằng sa cõi nước mà kinh văn vẫn thường nhắc đi nhắc lại trong 4 chữ "quyền xảo phương tiện", qua đó, kinh Pháp Hoa là bản diệu kinh khai quyền hiển thực đưa về Phật tri kiến, tức bảo sở. Nếu không dùng phương tiện quyền xảo mà mười phương chư Phật đồng ca ngợi thì chúng sinh không thể được độ tận.

Thánh đạo là một trong những pháp quyền xảo phương tiện này.

Sau đây, chúng ta thử nhìn về hình sắc và nội dung của đạo Thánh tại Việt Nam.

I. Thứ nhất là tên gọi:

Thánh đạo có phải là đạo Mẫu không? Xin thưa phải và không phải. Thánh đạo tôn thờ chư vị Thánh Mẫu nhưng ngoài ra cùng với chư vị tôn đức khác với nhiều quả vị khác nhau, lấy sự hộ trì Phật pháp làm tông chỉ. Phần này đã được dẫn chứng trong chương chư thiên vấn đạo. Sự tích về chư vị Thánh Tiên như Thánh Mẫu Liễu Hạnh, Thánh Mẫu Thiên Y A Na... không phải là điều mới lạ nên tôi xin được miễn ghi chép lại ở đây.

Có người hỏi:

Tôi có đọc kỹ các kinh chư thiên vấn đạo nhưng không thấy tên chư vị Thánh Mẫu như Mẫu Liễu Hạnh, Mẫu Thiên Y A Na v.v...

Xin đáp: Phần trên đã dẫn chứng vua trời Đế Thích có

một ngàn tên gọi. Thánh Mẫu không phải chỉ có một tên, bởi vì tất cả danh đều là giả danh, tất cả tướng đều là giả tướng. Bồ Tát Quán Thế Âm khi ứng hiện 32 hóa thân cũng không dạy cho chúng ta biết Ngài mang tên gì.

Như vậy, là một người chưa đắc thiên nhãn, làm cách nào người ấy có thể tu học Phật pháp? Kinh luận ghi lại rằng thiên nhãn có thể bẩm sinh như chư thiên, có thể phát sinh do trí tuệ tu hành. Trong khi chưa thành tựu thiên nhãn, người này có thể dùng trí tuệ để đối chiếu những lời dạy của vị khai tổ Pháp Hoa Tông là Thiên Thai Trí Khải về hai đề mục cận kề nhất với sự ứng hiện của chư Thánh Mẫu là Cảm Ứng và Thần Thông đã được trình bày ở các trang trên.

II. Thứ hai, về Cảm Ứng:

Đối chiếu với Tứ Tất Đàn hành trạng của Thánh Mẫu Liễu Hạnh ghi trong tác phẩm "Vân Cát Thần Nữ" của Bà Đoàn thị Điểm (1705-1749):

1. Thế Tục Tất Đàn: Tùy thuận pháp thế gian mà nói nghĩa nhân duyên hòa hợp.

a. Lần hóa hiện thứ nhất:

"Phạm Tiên Nga càng lớn càng xinh đẹp, mọi việc nữ công gia chánh đều thành thạo, đảm đang. Đến năm 15 tuổi đã có nhiều người đến dạm hỏi nhưng cô đều khước từ vì còn phải ở nhà chăm sóc cha mẹ già yếu, canh cửi quán xuyến công việc gia đình.

Ngày 10 tháng 10 năm Nhâm Ngọ (1462), người cha qua đời. Hai năm sau mẹ của bà cũng về nơi tiên cảnh. Phạm Tiên Nga đã làm lễ an táng cha mẹ ở phía đông nam phủ Nghĩa Hưng (nay là thôn La Ngạn, ở đây có đền thờ cha và mẹ của Phạm Tiên Nga).

Sau ba năm để tang cha mẹ, lo mồ yên mả đẹp, Phạm

Tiên Nga bắt đầu chu du khắp nơi làm việc thiện, lúc này bà vừa tròn 35 tuổi. "

b. Lần hóa hiện thứ ba:

Chúa Tiên khuyên chồng hãy cố gắng luyện chí, yên tâm theo đuổi sự nghiệp công danh, đừng quên chăm sóc con thơ, phụng dưỡng cha mẹ. Bà quét dọn, sửa sang nhà cửa, may vá quần áo cho chồng cho con.

Theo "Nam Hải Dị Nhân" của Phan Kế Bính:

Tiên Chúa vân du đến miền xứ Lạng. Lúc Phùng Khắc Khoan đi sứ từ Trung quốc về đến Lạng Sơn ông thấy một cô gái xinh đẹp ngồi dưới ba cây thông trước sân chùa, vừa đàn vừa hát.

Ông bèn lên tiếng trêu ghẹo: 三木森庭, 坐著好兮女子 - Tam mộc sâm đình, tọa trước hảo hề nữ tử. (Cụm từ "tam mộc sâm" 三木森 chỉ ba 三 chữ mộc 木 (cây; gỗ) hợp lại thành chữ sâm 森 (cây cối rậm rạp; đông đúc) và cụm từ "hảo... nữ tử" 好... 女子 chỉ chữ nữ 女 (đàn bà, con gái) hợp với chữ tử 子 (con) thành chữ hảo 好 (tốt, đẹp, hay).

Người con gái nghe vậy, đối ngay: 重山出路走來使者吏人 - Trùng sơn xuất lộ, tẩu lai sứ giả lại nhân. (Cụm từ "trùng sơn xuất" 重山出 chỉ hai 重 chữ sơn 山 (núi) chồng lên nhau thành chữ xuất 出 (= ra; đi ra) và cụm từ "sứ... lại nhân" 使...吏人 chỉ chữ lại 吏 (làm việc quan) hợp với chữ nhân 人 (người) thành chữ sứ 使 (người được vua hay chính phủ phái đi làm việc gì).

Phùng Khắc Khoan hết sức kinh ngạc bèn nói tiếp: 山人凭一几, 莫非仙女臨凡 - Sơn nhân bằng nhất kỷ, mạc phi tiên nữ lâm phàm. (Cô sơn nữ ngồi ở ghế, phải chăng là tiên nữ giáng trần? Nhưng lắt léo ở chỗ: chữ sơn 山 và chữ nhân 亻 ghép lại thành chữ tiên 仙. Chữ bằng có bộ kỷ 几. Chữ nhất và chữ kỷ ghép lại thành chữ phàm 凡.

Cô gái đáp ngay: 文子帶長巾必是學生視帳 - Văn tử đới trường cân, tất thị học sinh thị trướng. (Ông nhà văn chít khăn dài, chính thị học sinh nhòm trướng. Câu đáp không những lịch sự, dí dỏm mà chơi chữ cũng hết sức tinh vi: chữ văn 文 và chữ tử 子 ghép lại thành chữ học 孝 (là một cách viết khác của chữ 學). Dưới chữ đới 帶 có bộ cân 巾. Chữ trường 長 và chữ cân ghép lại thành chữ trướng 帳).

Phùng Khắc Khoan vô cùng khâm phục cô gái. Ông cúi đầu làm lễ, lúc ngẩng đầu thì cô gái đã biến mất. Chỉ thấy trên thân cây gỗ viết bốn chữ: 卯口公主 - (Mão khẩu công chúa) và kế bên tấm biển cũng có bốn chữ: 冫馬已走 - Băng mã dĩ tẩu. Họ Phùng suy đoán: Cây gỗ là bộ mộc. Mộc 木 thêm chữ mão 卯 là chữ liễu 柳. Mộc 木 thêm chữ khẩu 口 là chữ hạnh 杏. Như vậy, người con gái vừa rồi chính là Liễu Hạnh công chúa. Còn bộ băng 冫 đi với chữ mã 馬, chính là họ Phùng 馮 của ông. Chữ dĩ 已 nằm cạnh chữ tẩu 走, chính là chữ khởi 起. Có lẽ Liễu Hạnh công chúa dặn Phùng Khắc Khoan phải khởi công sửa lại ngôi chùa này. Sau đó, Phùng Khắc Khoan cho người tu sửa lại ngôi chùa khang trang.

Hiện nay những câu đối, những dấu tích về 2 lần gặp gỡ tại Lạng Sơn và Phủ Tây Hồ còn lưu lại ở Phủ Mẫu Thượng (Long Nga Linh Từ) (nơi Phùng Khắc Khoan gặp bà Liễu Hạnh lần đầu) và Phủ Tây Hồ (lần gặp thứ hai)

2. Vị Nhân Tất Đàn: còn gọi là Sinh Thiện tất đàn, khiến chúng sinh phát khởi thiện căn.

a. Lần hóa hiện thứ nhất:

Bà đã ủng hộ tiền của và công sức giúp dân đắp đê ngăn nước Đại Hà từ bên kia phía núi Tiên Sơn (nay là núi Gôi) đến Tịch Nhi (nay chính là đường đê Ba Sát, nối Quốc lộ 10 chạy dọc xã đến ngã ba Vọng. Đây cũng chính là con đường nối di tích Phủ Dầy với Phủ Quảng Cung).

Cùng với việc đắp đê, bà còn cho làm 15 cây cầu đá, khơi ngòi dẫn nước tưới tiêu, khai khẩn đất ven sông, giúp tiền bạc cho người nghèo, chữa bệnh cho người ốm, sửa đền chùa, cấp lương bổng cho các vị hương sư, khuyên họ cố sức dạy dỗ con em nhà nghèo được học hành.

3. **Đối Trị Tất Đàn:** Dùng thiện pháp để đối trị tham sân si của chúng sinh.

a. **Lần hóa hiện thứ nhất:**

Năm 36 tuổi, bà đến bờ Sông Đồi dựng một ngôi chùa trên mảnh vườn nhỏ, đặt tên là Chùa Kim Thoa. Bên trên thờ đức Nam Hải Quán Thế Âm Bồ Tát, bên dưới thờ cha và mẹ.

Sau đó hai năm, bà tới tu sửa chùa Sơn Trường - Ý Yên, Nam Định, chùa Long Sơn Duy Tiên, Hà Nam, chùa Thiện Thành ở Đồn xá Bình Lục, Hà Nam. Tại chùa Đồn xá, Bà còn chiêu dân phiêu tán, lập ra làng xã, dạy dân trồng dâu, nuôi tằm, dệt vải.

Tháng Giêng năm Nhâm Thìn (1472), bà trở lại chùa Kim Thoa, và tháng 9 năm ấy, Bà trở về quê cũ cùng các anh chị con ông bác tu sửa đền thờ Tổ họ Phạm khang trang bề thế (nay còn đền thờ ở phía nam xóm Đình thôn La Ngạn). Sau đó Bà lại đi chu du ở trong hạt, khuyên răn bà con dân làng những điều phải trái.

b. **Lần hóa hiện thứ hai:**

Lần này, Bà kết duyên với ông Trần Đào Lang sinh được một người con trai, tên là Nhân, một con gái tên là Hòa. Giữa lúc cả gia đình đang đầm ấm vui vẻ thì bỗng nhiên Bà mất vào ngày 3 tháng 3 năm Đinh Sửu, thời Lê Gia Thái thứ 5 (1577). Năm ấy, Bà mới 21 tuổi, tuyệt nhiên không bệnh tật gì. Lăng mộ và đền thờ ở Phủ Dầy, thôn Thiên Hương - Vân Cát, xã Kim Thái, huyện Vụ Bản, Nam Định.

Ở đây có người đưa ra câu hỏi:

- Chư vị được tôn xưng là Thánh nhân. Người tu hành đạt đến Kiến đạo mới gọi là Thánh. Theo Đại thừa thì Thập Thánh chỉ cho Bồ Tát từ Sơ Địa đến Thập địa. Vào các giai vị này thì hẳn nhiên là đã dứt ái. Tại sao các vị vẫn còn liên hệ với đời sống tình cảm của vợ chồng?

Xin đáp:

- Câu hỏi trên xác định đúng chỗ đứng của Thánh vị, nhưng sai ở chỗ lầm tưởng rằng các vị vẫn còn rơi vào bể ái ân. Kinh Hoa Nghiêm, phẩm Nhập Pháp Giới thứ 39 diễn tả cuộc gặp gỡ giữa Thiện Tài Đồng Tử và Thích nữ Cù Ba, là vị chứng đắc Pháp Vân địa, tức địa thứ 10 trong Thập Địa, được Bồ Tát kể lại tiền thân là đồng nữ Diệu Đức, bạch cùng thái tử rằng:

Trong biển vô lượng kiếp
Lửa địa ngục đốt thân
Nếu Ngài thương nạp tôi
Thọ khổ này cam tâm.

Vô lượng nơi thọ sinh
Như hạt bụi nát thân
Nếu Ngài thương nạp tôi
Thọ khổ này cam tâm.

Vô lượng kiếp đầu đội
Rộng lớn núi kim cang
Nếu Ngài thương nạp tôi
Thọ khổ này cam tâm.

Vô lượng biển sinh tử
Dùng thân tôi bố thí
Ngài được như Pháp Vương
Nguyện khiến tôi cũng vậy.

Nếu Ngài thương nạp tôi
Với tôi người làm chủ
Đời đời hành bố thí
Nguyện thường đem tôi thí.

Ngài thương chúng sinh khổ
Nên phát bồ đề tâm
Khi nhiếp thọ chúng sinh
Tức sẽ nhiếp thọ tôi.

Tôi không cầu giàu sang
Cũng không tham ngũ dục
Chỉ vì cùng tu hành
Nguyện tôn Ngài làm chủ.

Mắt rộng dài xanh biếc
Thương xót quán chúng sanh
Chẳng khởi tâm ô nhiễm
Bồ Tát đạo viên thành.

Thái tử, chỗ Ngài đi
Đất mọc các hoa báu
Sẽ làm Chuyển Luân Vương
Xin xót thương thọ nạp.

Tôi từng trong mộng thấy
Diệu pháp Bồ đề tràng
Đức Như Lai an tọa
Vô lượng chúng hàng hàng.

Tôi mộng thấy Như Lai
Thân như núi vàng tía
Đưa tay sờ đầu tôi
Tỉnh dậy tâm hoan hỉ.

Quyến thuộc Trời thuở xưa
Tên là Hỉ Quang Minh
Trời đó vì tôi nói
Đạo tràng Phật xuất sinh.

Tôi từng khởi niệm này
Nguyện thấy thân thái tử
Trời đó bảo tôi rằng
Cơ duyên sẽ được thấy.

Chí nguyện xưa của tôi
Nay đều được thành tựu
Xin cùng tôi đi đến
Cúng dường Như Lai vậy".

c. Lần hóa hiện thứ ba:

Lần này Tiên Chúa xuống Phố Cát, huyện Thạch Thành, Thanh Hoá. Ở đây, cũng như những lần trước Tiên Chúa thường hiển linh giúp đỡ người lành, trừng trị kẻ ác. Nhân dân cùng nhau góp của góp công, dựng một ngôi đền để lấy chỗ phụng thờ Tiên Chúa.

4. Đệ Nhất Nghĩa Tất Đàn: tức Không tức Giả tức Trung

Rồi trong đêm ngày 2 tháng 3 năm Quý Tỵ, thời Hồng Đức (1473), trời nổi cơn giông, gió cuốn, mây bay, Bà đã hóa thần về trời. Năm đó Bà vừa tròn 40 tuổi.

a. Lần hóa hiện thứ ba:

....rồi bỗng chốc lại thoắt biến lên mây... Cứ như thế, thỉnh thoảng bà lại hiện về, làm xong các việc rồi lại biến đi. Ròng rã hàng chục năm sau, cho đến khi con cái khôn lớn và Đào Lang công thành danh toại, bà mới từ biệt để đi chu du thiên hạ.

Xin được nhắc lại ở đây: Thánh Mẫu Liễu Hạnh tức Vân

Hương Thánh Mẫu là một trong Cửu Vị Tiên Nương trong đạo Cao Đài, thuộc hàng thứ 5, tiếp theo là Thánh Nữ Jeanne d'Arc (1412-1431), thuộc hàng thứ 6.

III. Hiển Ẩn: Hiển là phơi bày thân ứng hóa. Ẩn là ẩn kín thân chân thực.

Sau đây là bài xưng tán bậc thánh đức:

"Nón rơm gậy trúc thênh thang
Áo bay các cõi như hàng cờ hoa
Có khi lên tận non xa
Có khi về với trăng ngà nghiêng nghiêng
Cùng hoa cùng lá kết duyên
Đến đi chẳng để mối phiền cho ai
Chẳng nam bắc, chẳng đông tây
Quá khứ, hiện tại, vị lai chẳng nề
Giúp người bận rộn trăm bề
Chỉ e chậm gót đi, về với ai
Trường Sơn một nét cong dài
Lí sự vô ngại, hình hài cũng không."

(Trích Tận Hư Không Biến Pháp Giới, Từ Hoa Nhất Tuệ Tâm 2012)

IV. Từ và bi: dùng lực từ bi làm phương tiện ứng thân mà hóa độ chúng sinh.

"Mong sao thế giới đại đồng
Người người hòa hợp không phân giống nòi
Còn chi là của riêng tôi
Mê tâm cuồng vọng theo đời đến đi
Mắt nhìn thấu suốt huyền vi
Chúng sinh chủng chủng phân ly được nào"

(Trích Tận Hư Không Biến Pháp Giới, Từ Hoa Nhất Tuệ Tâm 2012)

113

V. Quyền Thực: Pháp thân đã hiển bày thì có khả năng thuận theo Chân tức Bản hoặc Thực, mà khởi ứng thân tức Tích hoặc Quyền.

"Đưa tay dìu thoát hố hào
Bước chân thần biến ra vào từng khi
Nắng mưa một mảnh pháp y
Kinh quyền thần hóa hợp ly diệu vời."

(Trích Tận Hư Không Biến Pháp Giới, Từ Hoa Nhất Tuệ Tâm 2012)

VI. Sự khế hợp giữa Cơ và Ứng:

"Dạy dân, cứu bệnh cho người
Bàn tay hoán chuyển đổi dời mệnh căn
Độc hành khắp cõi ứng thân
Chẳng màng tên tuổi, hèn sang mặc tình
Giương cung dưới bóng trăng thanh
Mũi tên cắm giữa cung đình ma quân
Ngựa như bay khỏi núi rừng
Vạt tăng bào phất nửa chừng không gian."

(Trích Tận Hư Không Biến Pháp Giới, Từ Hoa Nhất Tuệ Tâm 2012)

VII. Phước tuệ: Muốn viên mãn thì cần phải tu hành phước tuệ.

"Hóa duyên, xin chúng sinh tâm
Não phiền cho lão thì lòng được an"

(Trích Tận Hư Không Biến Pháp Giới, Từ Hoa Nhất Tuệ Tâm 2012)

VIII. Trí Đoạn: dùng trí tuệ bát-nhã chuyển hóa vô minh.

"Bản kinh bát-nhã mạ vàng
Công Người chăm chút hàng hàng thiên kim

Cất trong hộp đá giữ gìn
Bấy nhiêu năm hẳn thất truyền hay chăng?
Lí, Hành một cõi rỗng rang
Đỉnh cao gió hú mở mang cơ đồ
Pháp âm tràn ngọn Đại Tô
Đức cao như núi, một vò tịnh minh
Thần thông khế hợp lời kinh
Phô bày hiển giáo song hành vô ngôn
Vô tướng hạnh, vô tướng tông
Vượt trên thứ đệ vào trong liên đài".

(Trích Tận Hư Không Biến Pháp Giới, Từ Hoa Nhất Tuệ Tâm 2012)

IX Ứng hiện tùy cơ cảm khác nhau: Sự tích Thánh Mẫu Thiên Y A Na

a. Mật cơ hiển ứng: cơ duyên thâm mật khó thấy nhưng ứng đáp rõ ràng

Năm Đồng Khánh nguyên niên (1886) đổi tên đền Ngọc Trản làm điện Huệ Nam. Khi vua chưa lên ngôi thường đến chơi núi ấy, mỗi lần tới cầu khẩn đều được ứng nghiệm, đến lúc đăng quang có phê rằng:

"Đền Ngọc Trản thật là linh sơn, Tiên nữ sáng rạng huyền diệu muôn đời, trông thấy có hình thế rõ ràng như sư tử uống nước dưới sông, quả thật chân cảnh Thần Tiên, độ thế cứu nhân nhờ có tinh linh thuần nhất, thương dân giúp nước ban cho phước trạch muôn ngàn. Nay nên đổi tên đền này làm điện Huệ Nam để biểu thị quốc ân trong muôn một. Chuẩn cho bộ Công kính cẩn chế làm tấm biển khắc 3 chữ "Huệ Nam Điện", bên tả khắc chữ "Ngự Chế" bên hữu khắc niên hiệu.

Sự tích giáng trần lưu truyền trong nhân gian:

"Vâng lệnh trời giáng hạ chốn vườn dưa
Ân tiểu phụ sớm trưa công dưỡng dục

> *Thuở thiếu thời sang chơi đất Bắc*
> *Cùng Đông cung thái thất vầy duyên."*

(Xin đọc vấn đáp về Thánh Mẫu Liễu Hạnh và Bồ Tát Thập Địa Thích Nữ Cù Ba ghi trên)

b. Mật cơ mật ứng: cơ duyên thâm mật, đáp ứng thâm mật.

Tương truyền thánh nữ luôn tâm niệm cảnh xưa nên đã nắn đất sét và chẻ tre tạo thành cảnh thanh tịnh để quán chiếu:

> *"Có Quán Âm tượng hình bằng đất*
> *Có chư thiên ngồi chật bằng tre*
> *Bày ra khắp cả sân hè*
> *Vì lòng tơ tưởng trí e định thành."*

c. Hiển cơ hiển ứng: cơ duyên rõ ràng, đáp ứng cũng rõ ràng

Đại Nam Nhất Thống Chí, dịch giả Tu Trai Nguyễn Tạo, Nha Văn Hóa BQGGD xuất bản năm 1961, trang 81, 82 ghi:

"Ngày tháng 6,7 năm ấy bị trời hạn, vua khiến phủ thần Thừa Thiên đến các đền cầu khẩn nhưng không ứng nghiệm, sau đến cầu tại điện này thì được mưa trọn buổi, thật là linh hiển.

Trên điện có thờ 3 vị, ở phía hữu thờ 6 vị đều có nghĩ tặng huy hiệu, ban cấp sắc văn để tỏ bày sự linh hiển. Nơi trung quân thờ: Hoàng Huệ Phổ Tế Linh Cảm Diệu Thắng Mặc Tướng Trang Huy Ngọc Trản Thiên Y A Na Diễn Ngọc Phi Thượng Đẳng Thần". Trong những tờ sắc nói trên đều có biên 4 chữ: "Dực Bảo Trung Hưng".

Sự tích lưu truyền trong nhân gian:

"Duyên lứa đôi gìn giữ vẹn tuyền
Bỗng đâu chiếu lệnh một miền can qua
Nhớ cảnh cũ, thương nhà, xót nước
Luôn khuyên can dừng bước dấy binh
Tình nhà nợ nước đôi bên
Trầm hương một chiếc lênh đênh thuyền từ.
Trở lại chốn vườn dưa năm cũ
Cảnh điêu tàn nhuốm đủ tang thương
Dân nghèo lam lũ thê lương
Chạnh lòng dừng lại náu nương cùng người
Mang văn minh ở nơi Trung quốc
Dạy dân nghèo cày cuốc, gieo trồng
Dạy dân dệt vải, ươm bông
Khuyên dân hiếu đạo rạng dòng Rồng Tiên."

Trên đây chỉ là đôi ba nét phác họa con đường du hóa tế độ chúng sinh của Thánh mẫu Liễu Hạnh và Thánh mẫu Thiên Y A Na được sao chép từ nhiều nguồn tư liệu khác nhau. Khi nói đến hai chữ sao chép thì những tư liệu này phạm phải một lỗi lầm rất lớn là người sao chép đã tự động đưa cảm giác xung động của chính mình vào, thay vì chỉ ghi lại các diễn biến một cách trung thực gọi là sự kiện (fact).

Thí dụ, một tư liệu thấy ghi rằng: "... nhưng khi nàng đã sinh về trời thì lòng trần lại da diết, ngày đêm ôm ấp trong lòng nỗi nhớ cha mẹ, chồng con...". Sự kiện là: bà về trời và lại giáng hạ trần gian. Cảm giác xung động (feeling, emotion) của người sao chép là: "lòng trần lại da diết, ngày đêm ôm ấp trong lòng nỗi nhớ". Tôi hoàn toàn phản đối các lối sao chép như trên bởi người xưa có câu "chớ lấy lòng phàm so lường tâm thánh". Một thí dụ trong Phẩm Nhập Pháp Giới kinh Hoa Nghiêm là thân thế của Bồ Tát Pháp Vân Địa là Thích nữ Cù Ba đã ghi lại ở các trang trên. Lỗi lầm này chính là một trong những yếu tố khiến có một số người trong các tôn giáo khác, kể cả người trong Phật giáo, xem thường hành trạng của chư vị Thánh tiên nên phạm vào lỗi tăng thượng mạn.

Ngoài những tư liệu hiếm hoi trên giấy mực còn lưu truyền như tập Vân Cát Thần Nữ của Bà Đoàn Thị Điểm nói trên, thực trạng hóa độ của chư vị Thánh tiên phần nhiều là truyền khẩu trong dân gian, hoặc qua báo mộng, hoặc qua các buổi hầu đồng chân chính, hoặc qua những kỳ ngộ hy hữu ngàn năm chỉ có một lần. Nếu có một người nào đó với cây bút và tờ giấy trên tay, đi vào trong dân gian ghi lại những câu chuyện truyền khẩu về việc hóa độ chúng sinh của chư vị Thánh tiên như chữa lành tâm bệnh và thân bệnh, giúp đỡ kẻ khốn nàn v.v... thì đây không phải là những câu chuyện hiếm có.

Luận về Bà Đoàn thị Điểm đa số người đọc nghĩ ngay đến một tác phẩm nổi tiếng là Chinh Phụ Ngâm nhưng trong những thập niên gần đây, tác phẩm chấp bút hoặc giáng bút "Nữ Trung Tùng Phận" (1935) của Bà Đoàn Thị Điểm là một phẩm khuyến tu tuyệt tác gồm 1401 câu song thất lục bát đã được đạo Cao Đài chính thức công bố trong kho tàng giáo lý, xin trích dẫn một vài đoạn:

"Lần chuỗi hột từ bi cứu khổ,
Nương gió thanh trăng tỏ là nhà.
Nước non để bước ta-bà,
Sô xiêm đem nhuộm màu dà gọi duyên.

Trương thẳng cánh con thuyền Bát-nhã,
Cởi đau thương giải quả trừ khiên.
Lấy thân rửa thảm lau phiền,
Đem công chuộc khách thuyền quyên lụy tình.

Túi gió trăng thinh thinh rộng mở,
Vui hạc cầm hay dở thú riêng.

Khi động Thánh, lúc non Tiên,
Sớm thì Hải đảo, tối miền Thiên Thai.

Đạp giày cỏ nương cây gậy bá,
Mặc áo tơi nón lá che thân.
Trừ trần cấu, xủ phất trần,
Quen bờ biển trí, dựa gần non nhân.

Đến phồn hoa thân gần tục lự,
Chơi lầu hồng hỏi thử trái căn.
Chuỗi bồ trừ nghiệt gió trăng,
Linh đơn cứu kẻ khổ phần liễu hoa.

Gót nhân ái đến nhà kẻ bịnh,
Giọng từ bi thức tỉnh hung tâm.
Giữa cơn náo loạn trổi cầm,
Lấy hơi hòa nhã dẹp lần bỉ thô.
....
Câu tư dục biến ra bác ái,
Nghiệp oan khiên đổi lại hồng ân.
Khi kinh Thánh, lúc kệ Thần,
Đoạn trường diệt dứt nợ nần nữ lưu.

Vẹn nhơn đạo, đi lần nẻo chánh,
Đến vô ưu đặng lánh nhơn luân.
Thuyền con lệch lệch như rừng,
Đón đường Thánh đức, hỏi chừng Như Lai.

Am tự đóng, cửa gài bước tục,
Nước cam lồ cho phúc tiêu diêu.
Oan trái dứt, nghiệp chướng tiêu,
Cảnh vui Cực Lạc mỹ miều vẻ tâm."

Giáo sư Haiyan Shen ca ngợi lối diễn tả sống động của Đại Sư Trí Khải về Cảm Ứng khiến giáo pháp độ tha của chư Phật, chư Bồ Tát không còn là một sự kiện thuần túy lịch sử chỉ có trong quá khứ, nhưng đang xảy ra trong hiện tại và sẽ xảy ra trong tương lai. Điều Sư Trí Khải muốn nói qua đề mục Diệu Cảm Ứng và Diệu Thần Thông rằng khi Thế Tôn nhập Niết Bàn không có nghĩa rằng hoạt dụng phổ độ chúng sinh của Phật đã chấm dứt. Chư Phật luôn luôn có mặt dưới nhiều sắc tướng, và sự đáp ứng thần biến của chư Phật bao giờ cũng sẵn sàng, bất kể không gian và thời gian.

Phần VI.

Nhiều lối vào Thực Tướng

Đức Phật nói: "Trong suốt 49 năm Ta chưa từng thuyết một lời nào."

Trong Đại Phẩm, Ngài Tu Bồ Đề hỏi:

Nếu các pháp cứu cánh là Không thì vì cớ gì Phật dạy Bồ Tát từ sơ địa cho đến thập địa?

Phật đáp:

Do các pháp cứu cánh Không cho nên liền có sơ địa cho đến thập địa. Nếu các pháp có tánh quyết định thì không có một địa cho đến mười địa.

Lời dạy trên khiến chúng ta liên tưởng đến cách phân chia Ngũ Thời Bát Giáo của Pháp Hoa Tông, tất cả đều nương nơi Không mà lập nghĩa. Vì là Không nên các pháp thành tựu, nếu chẳng phải là Không thì các pháp chẳng thể thành. Năm thời giáo hóa theo Thiên Thai Trí Khải là thời Hoa Nghiêm, Lộc Uyển, Phương Đẳng, Bát-nhã, và Niết Bàn. Trong năm thời có tám cách thức giáo hóa khế hợp căn tánh chúng sinh. Tám cách thức giáo hóa này lại được chia ra làm hai. Thứ nhất là Hóa Nghi Tứ Giáo gồm có: Đốn giáo, Tiệm giáo, Bí mật giáo, Bất định giáo. Thứ hai là Hóa Pháp Tứ Giáo gồm có: Tam tạng giáo, Thông giáo, Biệt giáo, và Viên giáo. Cách thức phân chia này cho chúng ta thấy rất rõ Đức Phật đã vì chúng sinh mà thuyết pháp khế cơ, cho nên trong Hóa Nghi Tứ Giáo còn có Bất Định Pháp trong đó thính chúng mỗi người tùy căn tánh nên nghe pháp nhưng giác ngộ khác nhau.

Ấn Quang Đại Sư nói:

"Pháp Như Lai thuyết khế cơ nhưng đồng vị
Dùng Quyền môn ẩn Thật pháp bên trong
Năm thời giáo hóa, pháp pháp dung thông
Thời cơ đến liền khai Quyền hiển Thật."

(Trích tập Lời Vàng Ấn Quang Đại Sư, Từ Hoa Nhất Tuệ Tâm dịch)

Cho đến ngày nay, ngoài sự chia rẽ giữa các pháp môn (Thiền tông, Tịnh độ tông...) của một số người quá khích, còn có sự tách biệt giữa Bắc Tông và Nam Tông, còn gọi là Đại thừa và Tiểu thừa. Một số người theo Nam tông thích danh từ Phật giáo nguyên thủy hơn là danh từ Tiểu thừa, tức Phật pháp cội nguồn trước khi được phổ biến sang Trung quốc. Theo tôi, dù chỉ nói đến ứng thân vị Phật lịch sử là Đức Thích Ca Mâu Ni, nếu dùng chữ "nguyên thủy" thì chữ "nguyên" này phải là "nhất âm giáo" tức từ kim khẩu Phật thuyết ra trong các thời pháp trước khi phân hóa.

Tuy nhiên, chữ Nhất (一) lại có nhiều nghĩa:

1. Một, là số đứng đầu các số đếm. Phàm vật gì chỉ có một đều gọi là Nhất cả.

2. Cùng. Như sách Trung Dung 中庸 nói : Cập kì thành công nhất dã 及其成工一也 nên công cùng như nhau vậy.

3. Dùng về lời nói hoặc giả thế chăng. Như vạn nhất 萬一 muôn một, nhất đán 一旦 một mai.

4. Bao quát hết thảy. Như nhất thiết 一切 hết thảy, nhất khái 一概 một mực như thế cả.

5. Chuyên môn về một mặt. Như nhất vị 一味 một mặt, nhất ý 一意 một ý.

Ngoài ra chữ Nhất còn biểu thị bình đẳng, tuyệt đối. Âm là âm thanh của Đức Phật.

Ngài Cưu Ma La Thập cho rằng thuật ngữ "nhất âm" có nghĩa là chúng sinh đồng thời nghe lời Phật thuyết nhưng vì căn cơ chúng sinh có sâu cạn khác nhau nên tiếp thu lời dạy khác nhau, do đó mà chia cắt thành Đốn, Tiệm, Đại, Tiểu v.v...

Ngài Bồ Đề Lưu Chi thì cho rằng trong "nhất âm giáo" của Đức Phật có đủ các pháp Đại thừa và Tiểu thừa.

Như vậy, dù là âm thanh đầu tiên xuất phát từ kim khẩu Đức Bổn Sư thì đó cũng chính là pháp bất định trong Ngũ Thời Bát Giáo đã nói ở trên. Khi đã bất định thì không thể khen pháp này, chê pháp nọ v.v...

Pháp Hoa Huyền Nghĩa, quyển 10, Thiên Thai Trí Khải nói:

"Vấn nạn về nhất âm giáo là chỉ nói một đại thừa không có ba thừa sai biệt, tức là chỉ có Thực trí, không có Quyền trí. Nếu chỉ có Đại thừa thì cớ sao trong kinh Pháp Hoa lại nói [Nếu ta khen ngợi Phật thừa thì chúng sanh chìm vào khổ não, sẽ không tin và phá pháp cho nên rơi vào ba đường ác], và [khi Phật tư duy tìm kiếm phương tiện, thì chư Phật khắp mười phương đều hoan hỷ] cho nên phải biết rằng chẳng phải Phật chỉ nói một thừa giáo. Kinh nói: "Phật tánh cũng chẳng phải nhất định nói ba thừa, tức là ba và cũng là tất cả các thừa phương tiện: ba thừa, năm thừa, bảy thừa v.v..."

Chúng ta chú ý đến cách thức Thiên Thai Trí Khải diễn đạt tính chất phổ thuyết, phổ môn, phổ hóa... của Phật pháp trong cách đại sư dùng chữ ba thừa, năm thừa, bảy thừa v.v... cho đến trăm ngàn muôn ức thừa hoặc tám vạn bốn ngàn pháp môn. Điều này càng xiển minh rõ ràng Phật giáo là chiếc nôi phổ môn, trong đó có Thánh đạo, của nhân loại như đã nói ở Phần I.

Cũng trong Pháp Hoa Huyền Nghĩa, quyển 10, Đại sư

nói: "Nay nếu quyết hiểu rõ các thừa thì tức là Như Lai Tạng. Tạng ấy gọi là Phật tánh. Từ sự thiện của Trời, Người cho đến các thừa riêng biệt đều là pháp vốn bất động nên trở thành Diệu."

Như hai mặt của một bàn tay, không phải lìa vô minh mà có trí tuệ, không phải lìa sinh tử mà có Niết Bàn, không phải lìa phiền não mà có Bồ Đề ở một nơi nào khác. Tánh và Tướng nhất như, Không và Giả dung hóa lẫn nhau tạm gọi là Trung Đạo. Băng là nước đông lại và nước là băng tan rã. Đông đặc hay tan rã là cái dụng thần biến của trí tuệ bát-nhã như hai cánh chim Đại Bàng bay vút giữa không trung, vượt trên tất cả trói buộc của các loại quy chế giả lập mà tưởng lầm đó là chân lý duy nhất.

Thí dụ, pháp Thập nhị nhân duyên thường được nhìn là pháp tu của các bậc Duyên Giác, pháp Tứ Diệu Đế là pháp tu của các bậc Thanh Văn. Người đời hỏi bạn tu pháp môn gì, sau đó lập tức nghĩ ngay đến quả vị tối hậu mà bạn có thể chứng đắc. Cũng vì vậy mà có sự phân chia, đối nghịch giữa người với người. Sự thật thì không phải như vậy.

Pháp Hoa Huyền Nghĩa, quyển 8, nói:

"Đại kinh nói: mười hai nhân duyên có bốn cách quán chiếu. Người hạ trí quán thì đạt được Bồ-đề của Thanh văn, người có trí bậc trung quán sát thì đạt được Bồ-đề của Duyên giác, người thượng trí quán sát thì đạt được Bồ-đề của Bồ Tát, bậc thượng thượng trí quán sát thì đạt được Bồ-đề của Phật." Vì sao? vì mười hai nhân duyên vốn là một cảnh. Nhưng do duyên hiểu bất đồng mà mở ra thành bốn loại trí. Nay dùng ý của bốn giáo để giải thích vấn đề đó."

"Như vậy, quán sát tam đạo không khác với tam đức và tam đức không khác với tam đạo. Người ở trong ba đường ác mà đầy đủ tất cả Phật pháp, Vì sao? Vì ba đường ác tức là ba đức và ba đức là Đại Niết Bàn nên gọi là "tạng bí mật". Đây tức là đầy đủ quả Phật, nếu quán sát sâu sắc về mười hai nhân duyên tức ngồi vào đạo tràng."

Tất cả các loại trí từ thấp lên cao là nhân của tất cả các quả vị giả lập. Trí tức Không, tức Giả, tức Trung thì quả vị cũng tức Không, tức Giả, tức Trung, huống chi là pháp môn và các thừa, hoặc các loại tôn giáo và tín ngưỡng.

Xưa kia Đức Như Lai vì muốn cứu một em bé sắp rơi xuống giếng mà đưa ra nắm tay trống không, bảo em bé rằng hãy bò ngay lại đây sẽ được một chiếc kẹo. Đây là phương tiện quyền biến khiến chúng sinh được lợi ích. Vì vậy, thật không hợp lý nếu có người khăng khăng chấp Thực hoặc chấp Quyền mà không thấy được chỗ Song Phi, chẳng quyền chẳng thực, tức Quyền Thực Bất Nhị Môn. Từ thể tánh Không hóa hiện ra nhiều Tướng mạo làm lợi ích chúng sinh cho nên có thể nói rằng Tánh Tướng cũng như Quyền Thực đều là Một, tức không phải hai.

Trí tuệ của mỗi chúng sinh tức là cái thấy của chúng sinh đó. Phật nói về năm cái thấy là nhục nhãn, thiên nhãn, tuệ nhãn, pháp nhãn, và Phật nhãn. Thông thường thì năm loại mắt trên được diễn tả là mắt phàm phu, mắt chư thiên, mắt nhị thừa, mắt Bồ Tát và mắt Phật.

Đọc "Luận về Pháp Hoa Kinh An Lạc Hạnh Nghĩa của Nam Nhạc Tuệ Tư Đại Thiền Sư" (515-577, tôn sư của Thiên Thai Trí Khải, nguyên tác Anh ngữ do các Giáo sư Daniel Stevenson và Hirohi Kanno biên soạn, Từ Hoa Nhất Tuệ Tâm dịch, Nhà xuất bản Phương Đông 2012) chúng ta thấy tư tưởng siêu việt về cái thấy qua ngũ nhãn phát sinh từ thực tướng phàm thánh không hai như sau:

[698c28] "Chủng" (種) có nghĩa là gì? Có hai loại: một là phàm chủng (凡種 prtagjana), hai là thánh chủng (聖種 àrya). Phàm nhân thì chưa có cái thấy giác ngộ. Họ thấy sắc liền sinh tham ái. Tham ái chính là vô minh. Vì tham ái mà

tạo nghiệp. Đây gọi là hành (samskara). Theo chủng tử mà thọ báo trong khắp sáu cõi khác nhau. Đi trong sáu cõi, đây gọi là hành. Tiếp nối không dừng nghỉ là chủng (gotra), đây là cái gọi là phàm chủng.

[699a3] "Thánh chủng" gần gũi thiện tri thức, có được cái thấy giác ngộ. Khi mắt thấy sắc liền phản tỉnh như sau: Khi thấy sắc, ai là người thấy? Nhãn căn thấy? Nhãn thức thấy? Không gian và ánh sáng thấy? Chính sắc khiến có cái thấy? Hoặc ý thức đối sắc mà thấy? Nếu chỉ do sắc đi vào phạm vi của ý thức, thì người mù từ sơ sinh cũng phải thấy được sắc. Nếu sắc chính nó phản ảnh cái thấy, thì cũng như trên. Nếu có người cho rằng không gian và ánh sáng đưa đến cái thấy, nhưng không gian và ánh sáng không cảm thọ, và thiếu sự tựu thành của ý niệm nên không thể thấy sắc. Nếu nói rằng nhãn thức thấy, thức không có tự thể. Thức tùy thuộc vào vô số nhân duyên, và sự hội tụ của nhân duyên bản tánh vốn rỗng lặng, không hợp mà cũng chẳng tan. Nếu có người chiêm nghiệm cẩn thận những điều nói trên, từng điểm một, thấy rằng tự thể của mắt bất khả đắc. Ngoài ra, không có cái gì gọi là "mắt". Nếu chính mắt có thể thấy thì người có bệnh xanh mắt cũng phải phân biệt được hình tướng. Tại sao? Vì nhãn căn không có sự hư hoại."

[699a18] Phàm chủng và thánh chủng là một, không phải hai. Vô minh và minh cũng như vậy. Vì vậy mà nói rằng: "Tướng của lục chủng là diệu." Tai, mũi, lưỡi, thân và ý cũng không khác.

[699a20] Tự tại vương bản tánh thanh tịnh. Trước hết hãy nhìn vào tánh tự tại của mắt. Khi mắt thấy sắc, con người thường sinh tâm ái thủ. Ái chính là vô minh. Tất cả phiền não, không trừ một thứ nào, đều nằm trong cái vòng của ái và thủ. Nếu có người có thể điều phục được ái và vô minh, thì người ấy tự tại như một vị vua.

Nam Nhạc tôn giả dùng cái thấy của mỗi chúng sinh để phân ra phàm và thánh. Minh hoặc vô minh cũng từ cái thấy mà ra. Cái thấy này hoặc từ tự tánh thanh tịnh hoặc từ sự mê chấp vào sắc tướng. Tôn giả kết luận phàm thánh thật sự không phải là hai hạt giống sai khác, nhưng sự chân vọng thì có khác nhau. Mắt tai mũi lưỡi thân ý là sáu tướng diệu kỳ nếu hành giả biết sử dụng tài năng của sáu tướng này.

Vô minh nên tham ái
Hành tạo nghiệp thiên thu
Bước chân đời mê mải
Qua mấy cõi sa mù.

Đối sắc, bậc thánh nhân
Quán chiếu tánh nhãn thức
Tùy thuộc vạn nhân duyên
Tuyệt nhiên vô tự thể.

Nhân duyên tánh rỗng lặng
Không hợp cũng chẳng tan
Nhất thừa - nhất đế quán
Trăng ngọc chẳng khi tàn.

Bất liễu - chấp có tướng
Chấp có nữ, có nam
Chấp đây thiện, kia ác
Chấp sinh tử, Niết bàn.

Hư không chẳng tham ái
Cũng chẳng đoạn hôn mê
Chân như trong vạn pháp
Phiền não tức Bồ đề.

Vạn pháp vốn vô sinh
Mặc nhiên vô lão tử

Ba nghìn cõi miên miên
Vẫn không ngoài bảo xứ.

Phàm thánh chẳng phải một
Mà cũng chẳng phải hai
Minh, vô minh, mê, ngộ
Lục chủng tướng diệu kỳ.

(Trích Pháp Hoa Kinh An Lạc Hạnh Nghĩa Tôn giả Nam Nhạc Tuệ Tư, Từ Hoa Nhất Tuệ Tâm dịch, nxb Phương Đông 2012)

Sáu cái thấy, nghe, ngửi, nếm, xúc chạm, và nhận biết diệu kỳ của sáu căn trần thức này chính là cái thấy của trí tuệ. Thiên Thai Trí Khải dùng từ ngữ "nhất tâm tam trí" để nói về Nhất thiết chủng trí của Phật là Thực trí, Đạo chủng trí của Bồ Tát và Nhất thiết trí của Nhị thừa là Quyền trí. Ba trí không chướng ngại nhau nên quyền hoặc thực cũng không chướng ngại nhau. Trong quyền có thực và trong thực có quyền.

Tại sao lại phải nói đến tánh của cái thấy ở đây? Bởi vì muốn điều phục được yêu ghét của vô minh thì phải phá chấp để vào được chỗ viên thông của tất cả các ngả đường đưa về cái thấy chân thật. Thật trí bao gồm tất cả pháp do Quyền trí giả lập từ phương tiện thiện xảo, tất cả các pháp đều thu nhiếp vào một Thực Tướng. Thật tướng vốn chỉ có một pháp nhưng có nhiều tên gọi: Diệu Hữu, Chơn Thiện, Diệu Sắc, Thật Tế, Tất cánh Không, Như Như, Niết-bàn, Hư Không, Phật tánh, Như Lai Tạng, Trung Thật Lý Tâm, Phi Hữu Phi Vô Trung Đạo, Đệ nhất Nghĩa Đế, Vi Diệu Tịch Diệt v.v… Tuy có nhiều tên gọi khác nhau nhưng thảy đều chỉ cho Thật tướng. Người thiểu trí chấp vào tên gọi mà đưa ra những sự giải thích khác nhau.

Pháp Hoa Huyền Nghĩa, quyển 8, nói:

"Thiện Tài Đồng Tử đi khắp pháp giới gặp vô lượng trí thức nói vô lượng giáo môn và vô lượng quán hành. Thành Hỷ Kiến có một nghìn hai trăm cửa, vậy thành quách của pháp Thật tướng há chỉ có một lối!

Do đó Đại Luận nói nếu không đạt được phương tiện Bát-nhã thì rơi vào "có, không". Khi hiểu thể tánh của các pháp thì biết đều như huyễn hóa."

Những dòng kinh văn này khiến tôi nghĩ đến hình ảnh chúng sinh chấp tay trước tôn tượng. Chỉ có một tượng Phật mà cả năm ngón tay dài ngắn đều cùng lúc chỉ lên. Tượng Phật ví như Thực tướng, năm ngón tay ví như các con đường hướng về thực tướng, tuy có dài ngắn, cao thấp khác nhau nhưng tất cả đều đồng hồi quy về một chỗ. Mỗi con đường là một pháp đối trị dục vọng của chúng sinh. Vì sự tham muốn của chúng sanh không giống nhau nên sự đối trị cũng khi cạn khi sâu khác biệt.

Phần VII.

Mê tín và chánh tín

Mê tín (迷信) tức là tin vào các tướng huyền hoặc, trái nghịch với thực tướng của vạn sự vạn vật. Thực tướng ấy là gì? Thiên Thai Trí Khải nói: "nhất sắc nhất hương vô phi trung đạo" (一色一香無非中道) nghĩa là hết thảy hương sắc đều là Trung đạo. Lý thực tướng Trung đạo tiềm tàng trong hết thảy mọi vật, dù nhỏ nhặt như một sắc, một hương cũng có đủ bản thể của thực tướng Trung đạo.

Người mê tín thì trụ nơi mê tân tức bến mê, chánh báo và y báo tương hợp, chỉ cho ba cõi Dục giới, Sắc giới, và Vô Sắc giới cùng với lục đạo tức sáu đường của chúng sinh là Địa ngục, Ngạ quỷ, Súc sinh, Người, Trời, và A-tu-la. Vì không có chánh tín mà đọa lạc trong bến mê nên từ trong bến mê phải phá bỏ mê tín, phát khởi chánh tín.

Muốn đắc chánh giác thì trước hết phải tu học chánh giáo. Thánh đạo nếu được nhìn như con đường hóa hiện của thần tiên, thánh hiền, và ngay cả ma quỷ (quỷ Tử Mẫu và con là hai vị hộ pháp), nhằm vào mục đích hộ trì chánh pháp, giúp đỡ chúng sinh cả hai mặt thân và tâm, tạo những thuận (hoặc nghịch) duyên khiến chúng sinh quy tâm về nẻo thiện, dù là Tiệm giáo hay Đốn giáo, thì Thánh đạo là chánh giáo.

Tôn (宗) là tôn quý, giáo (教) là giáo dục. Tôn giáo là nền tảng giáo dục tôn quý, cho nên người học Phật tôn xưng Đức Bổn Sư Thích Ca là một nhà đại giáo dục tôn quý. Như vậy Thánh đạo có nhắm vào mục tiêu giáo dục không? Người tín đồ khi có được sự kỳ ngộ với chư thiên, có thực sự tiếp thu được con đường tu học từ chư thiên không? Người tín đồ có thực sự hiểu rõ tông chỉ của Thánh đạo không?

Như vậy, vì sao Thánh đạo qua hình thức cơ bút, giáng đồng lại chưa có được chỗ đứng ngang hàng với các tôn giáo chính thống, thay vào đó, đôi khi còn bị miệt thị là đồng bóng, mê tín dị đoan. Từ thuở nhỏ tôi đã từng nghe những câu hát mỉa mai, ví von người thanh đồng như một loại ốc mượn hồn: "Ốc sên mày lên công chúa, mày múa tao coi, để tao may quần đen áo đỏ cho mày."

Có người hỏi: Nói về cơ bút và giáng đồng, nếu chư vị đã có thần thông của bậc Thánh thì tại sao phải cần đến người thanh đồng làm trung gian?

Xin đáp: Đây là do căn cơ thấp kém của chúng sinh cõi này không thể nhìn được sắc tướng của chư thiên. Ngược lại cũng vậy, xin nhắc lại một câu chuyện của ngài Khuy Cơ (632-682) và Ngài Đạo Tuyên (596-667). "Ngài Khuy Cơ nghe nói chư thần thường đến dâng ngài Đạo Tuyên thức ăn cõi Trời. Ngài Khuy Cơ đến chờ mãi mà không thấy chư thần xuất hiện để nếm thử mùi vị thức ăn cõi Trời ra sao, sau đó ra về. Hôm sau chư thần lại đến, ngài Đạo Tuyên trách, liền thưa rằng không phải lỗi hẹn mà vì hào quang của Bồ Tát sáng quá nên không thể vào." Thí dụ: Khi một vị Thầy dạy học trò, vị Thầy ấy cũng tùy theo trình độ thuần thục hoặc non kém của học trò mà giảng giải. Nếu người học trò có một trình độ rất giới hạn về thế giới thì vị Thầy không thể bắt đầu bài học với tầm nhìn về nguyên tử, vũ trụ quan v.v… Thay vào đó, vị Thầy sẽ chỉ ra những hình ảnh cụ thể trước mắt như sông núi, đất đai. Một thí dụ khác: Thời đại ngày nay không ít người phủ nhận sự có mặt của loài Rồng, cho rằng có Rắn chứ không có Rồng, mặc dù Long Thọ Bồ Tát, kinh Hoa Nghiêm đã giảng về Rồng, trong Lục Tổ Đàn Kinh kể chuyện Lục Tổ hóa độ một con Rồng độc, cũng như rất nhiều pháp thoại về Rồng trong kinh điển Phật giáo. Lý do là vì con người chưa tận mắt thấy Rồng. Nếu một người đã từng thấy Rồng muốn miêu tả hình dáng của loài Rồng mà người ấy đã thấy thì phải tạm dùng ngôn ngữ, văn tự, và hình vẽ của thế gian. Người thanh đồng trung gian tượng trưng cho ngôn ngữ, văn tự, hình vẽ loại này. Ngày xưa, người cầu đạo đã từng nhận được thông điệp từ một cây bút tự động viết trên cát gọi là phù ky. Hình thức giáng cơ này ngày nay hầu như không còn nữa.

Cũng vậy, Ấn Quang Đại Sư nói:

"Xưa Khổng Tử không gặp minh quân chánh lệnh
Chẳng thể khiến cho thiên hạ bình an
Đó là do nghiệp lực của muôn dân
Không can hệ chi đến trí tài Khổng Tử."

(Trích tập Lời Vàng, Ấn Quang Đại Sư, Từ Hoa Nhất Tuệ Tâm dịch)

Một câu hỏi khác:

Làm sao tôi biết được là ma hiện hay thánh hiện? Những tập gọi là kinh giảng cũng quá nhiều, biết đâu là thật đâu là giả?

Xin đáp:

Tài, sắc, danh, thực, thùy, ngũ giới và thập thiện là tấm kính chiếu yêu Đức Phật đã ban cho bạn. Bạn có thể dùng để chiếu soi chính mình và chiếu soi kẻ khác.

Gần đây, các hình thức hầu đồng được Unesco công nhận có một giá trị riêng. Chữ Unesco viết tắt của từ United Nations Educational Scientific and Cultural Organization, có nghĩa là Tổ chức Giáo dục, Khoa học và Văn hóa của Liên Hợp Quốc, là một trong những tổ chức chuyên môn lớn của Liên hiệp quốc, hoạt động với mục đích "thắt chặt sự hợp tác giữa các quốc gia về giáo dục, khoa học và văn hóa để bảo đảm sự tôn trọng công lý, luật pháp, nhân quyền và tự do cơ bản cho tất cả mọi người không phân biệt chủng tộc, nam nữ, ngôn ngữ, tôn giáo". Tôi rất dè dặt không dùng hai chữ Thánh Đạo khi nói đến Unesco bởi vì tôi không chắc chắn rằng các người trong cơ quan này đã từng có mối cảm ứng đạo giao với chư thiên hoặc đã từng đối diện với bất cứ người thanh đồng chân chính nào chăng khi đưa ra quyết nghị trên. Nếu chưa từng có, thì cái nhìn của cơ quan này vẫn chỉ là lời khen tặng về những sắc thái đẹp đẽ của một nền văn hóa qua bộ điệu và cách trang phục của thanh đồng. Đây là một điều đáng khích lệ trên bề mặt của văn hóa nói chung, tuy nhiên, cái huyền nghĩa của Thánh đạo không phải ở chỗ này. Nếu chỉ vì một lời công nhận của Unesco mà am đền mọc lên như nấm, thậm chí có người dùng những trang phục giống như chư thiên để phô diễn trên sân khấu vì nghĩ rằng mình đang biểu diễn nét đẹp của văn hóa thì đây là điều không nên làm. Vì sao? Một trong những cái học thâm hậu của người xưa là Lễ Nhạc. Trong Nhạc phải có Lễ. Người xưa nói người quân tử ở trong chánh trị mà làm nhân nghĩa, không nên chia chánh trị và nhân nghĩa làm hai đường khác biệt. Cũng vậy, trong Nhạc mà giữ Lễ, không nên chia Nhạc và Lễ làm hai, huống chi cái Lễ này không phải là lễ nghi thường tình của người thế gian đối đãi với nhau mà là giữ Lễ với Thánh Tiên. Chư thiên vì giáo hóa chúng sinh mà cảm ứng, không khi nào bỗng dưng vô cớ mà ứng hiện, chư thiên cũng không phải diễn viên, nay cớ sao lại giả dạng chư thiên mà lên sân khấu?

"Không thành kính thì như bày tuồng hát Phật
Lợi chẳng bao nhiêu mà tạo nghiệp khó lường."

(Trích tập Lời Vàng, Ấn Quang Đại Sư, Từ Hoa Nhất Tuệ Tâm dịch)

Một câu hỏi khác:

- Nếu chư vị có thần lực thì nên hiện thân. Không hiện thân thì e rằng không có thần lực.

Xin đáp:

- E rằng chư vị đã bao phen thị hiện trước mắt bạn mà bạn không nhìn ra. Đối diện Quán Âm mà chẳng biết Quán Âm là những câu chuyện thường được kể trong Phật giáo. Kinh nói chỉ là nước nhưng loài quỷ, con người, chư thiên nhìn khác nhau. Chư thiên có cùng một loại bát báu đựng thực phẩm nhưng tùy theo phước hạnh mà màu sắc và mùi vị thực phẩm có khác nhau.

Đại Kinh quyển thứ sáu, Phật nói:

"Này người thiện nam! Như trong rừng rất nhiều cây Ca La Ca, nhưng chỉ có một cây Trấn Đầu Ca. Hai loại quả rất giống nhau rất khó phân biệt. Khi quả chín rụng có một người nữ nhặt lấy tất cả quả dưới đất nhưng chỉ có một phần là quả Trấn Đầu Ca, quả Ca La Ca thì có đến chín phần. Người nữ này không biết nên mang ra chợ bán, người mua quả Ca La Ca ăn rồi mất mạng. Có người trí hỏi người nữ này: Bà ở nơi nào có được quả này? Người nữ trả lời rằng: Ở trong rừng kia nhặt được quả này. Mọi người nghe rồi liền nói: Nơi ấy quả thật có vô số cây Ca La Ca, chỉ có một cây Trấn Đầu Ca. Mọi người nghe biết rồi mang vất đi."

Về Lý đạo, câu chuyện này đòi hỏi sự cẩn trọng đối với huyền nghĩa của giáo lý. Thánh đạo là một tín ngưỡng có giáo lý như bất cứ tôn giáo nào khác. Ngoài ra còn có những bài chầu văn đa số tán tụng đức hạnh của chư thiên. Vì đây là những bài văn tán nên mang nhiều sắc thái tùy theo kiến thức và đức hạnh tu tập của người biên soạn nên cao thấp, hay dở khác nhau. Mặc dù những bài văn tán này không phải là giáo lý nhưng người biên soạn cũng cần phải thanh tịnh thân tâm để viết bài văn dựa trên lý đạo hơn là trên tình cảm. Rất tiếc có nhiều bài văn tán quá ướt át, đầy tình cảm, không thích hợp với sự uy nghiêm của một tôn giáo và thánh hạnh của chư thiên. Người viết cần xem lại các bài kinh tán Phật để thấy sự tôn nghiêm của văn tự. Người hát chầu văn cũng nên hiểu rõ ý nghĩa bài văn mình đang hát. Đây chính là phần giới luật và lễ nghi, là điểm còn rất nhiều chỗ cần lưu ý. Bất cứ bài chầu văn nào không chuyển tải được căn bản giáo lý chân chánh thì không nên được phép lưu hành trong nhân gian.

Nhận xét về hình thức sinh hoạt của một số tín đồ Thánh đạo hiện nay.

1. Thứ nhất là việc cúng tế. Ý nghĩa chân chánh của việc cúng tế là hiến dâng tấm lòng thanh tịnh hành trì của người tín đồ nên thường lấy hương hoa làm biểu tượng. Hiện nay sự cúng tế nơi các đền điện rất tùy nghi, chưa theo một giới luật thống nhất. Tại Trung quốc cũng như tại một số vùng tại Việt Nam vẫn còn giữ hủ tục tế sống trâu bò, hẳn rằng không phải từ Thánh giáo nhưng cũng xin đưa ra đây để suy nghiệm:

"Lại có kẻ bày ra trò cúng tế
Giết trâu bò làm lễ tạ thần linh
Dùng dây gai trói con vật giữa sân đình
Tiếng trống nổi dập dồn như quỷ khóc
Búa lớn đập đầu, dao đâm vào họng
Máu phun thành vòi nhuộm đỏ sân chầu
Tiếng rống lạnh người, tiếng xướng họa lao nhao
Sì sụp lạy, thần linh đâu chẳng đến
Áo khăn đỏ tươi, hương hoa, đèn nến
Cảnh tượng lạnh lùng, người vật đỏ như nhau
Con vật thí thân kia, nào ai có biết đâu
Chính là kẻ xưa kia sì sụp lạy
Xưa giết vật, nay vật làm người giết lại
Là kẻ đặt bày việc cúng tế bất nhân
Nếu là thần linh, tâm chất chứa đức ân
Há dung thứ loại tồi phong, bại tục
Dùng tục lệ để dối lừa thần thánh
Miệng mình ăn mà dám nói thần ăn
Quả báo kia bao kiếp thú mượn thân

Người thành thú, thú thành người, đổi chữ.
Cũng như vậy,
Các miếu đền thờ anh hùng, thánh nữ
Nên giữ trang nghiêm, tránh ô uế hôi tanh
Kẻ ngu si xào nấu sinh mạng chúng sanh
Mang lên bày biện trên bàn thờ chư thánh
Con mắt đầu heo luộc như âm thầm oán trách
Bên cạnh bốn chân lủng lẳng đã đứt lìa
Sao không lo ngày thân mình đổi chỗ heo kia
Lòng tham tài lộc biến ra lòng ác thú.
Bởi chủ đền tham lam không thấy đủ
Mượn danh thánh thần làm kế sinh nhai
Tiếng kêu đau thương của con vật động thiên đài
Nếu cúng thịt chúng sinh mà được phước
Thì phước đó do yêu tà ban thưởng
Như ma con lo lót tế ma cha
Đến một ngày nhân quả hiện trong nhà
Thì thử hỏi tài lộc nào cứu được?"

(Trích tập Lời Vàng, Ấn Quang Đại Sư, Từ Hoa Nhất Tuệ Tâm dịch)

Theo lời văn trên, tôi xin đề nghị:

Bãi bỏ tất cả các thực phẩm cúng tế bằng sinh mạng chúng sinh như cầm thú. Thực phẩm cúng tế chỉ là các thức chay, hoa quả, rau trái, nước lã, nước trái cây.

Bãi bỏ tất cả các thực phẩm cúng tế như thuốc hút, rượu, và các chất có khả năng làm thần trí tín đồ mê muội, thân thể bất tịnh. Nhất là thuốc lá đã bị thế giới nhìn là một chất độc hại, khói thuốc khiến lá phổi người hút thuốc nám đen, biết bao nhiêu mẹ hiền, vợ thảo lo rầu vì chồng con mình không bỏ được thuốc hút. Nay lại mang thuốc hút dâng lên "thánh thần" ư?

"Muốn nhập Phật cảnh nên nương Phật lực
Câu Di Đà rúng động bọn ma quân

Há chẳng hơn tự cậy lực oai hùng
Gặp ma chẳng biết, lại cùng ma đắc ý."

(Trích tập Lời Vàng, Ấn Quang Đại Sư, Từ Hoa Nhất Tuệ
Tâm dịch)

2. Thứ hai đề nghị người thủ đền và thanh đồng phải
   là người trường trai. Trừ phi không phải là người cầu
   đạo, người đã thực tâm muốn cầu đạo thì phải chứng
   tỏ đã buông bỏ được ít nhất là miếng ăn mình ưa thích.

Kinh Hoa Nghiêm nói,
"Bổn Tâm, Phật, Chúng Sinh, cả ba không sai khác."
Hãy lắng nghe tiếng rống đớn đau trong lò mổ giữa
đêm khuya
Thì phải biết rằng nạn binh đao, máu lửa, chiến tranh
kia
Từ nghiệp sát bao đời đã tích lũy
Muốn thế giới an bình, thời thời thịnh trị
Hãy bỏ thói quen ăn xương thịt, cốt tủy, nấu, hầm.
Nếu có người hỏi rằng:
"Sao không lo cho người, bận chi đến thú cầm?"
Thì phải biết,
Đó chính thật là lo cho người vậy!
Tránh giết hại thì chẳng bị người giết hại
Không bị nạn quỷ thần, đạo tặc, oan ương
Không giết chúng sinh, bồi đắp tình thương
Tình thương đó chính là tình đồng loại
Lại có người bảo rằng,
"Loài vật vô số, phóng sinh vài mươi con có gì đáng
nói?"
Phải biết rằng lý sự hỗ tương nhau
Tâm từ ban bố sự sống dài lâu
Vật cảm nhận một nguồn ân vô úy
Lục độ vạn hạnh, hành vô úy thí
Huân tập từ bi trong mỗi chuyện cỏn con

138

Vun bồi phước tuệ đến chỗ vẹn toàn
Như dạy trẻ từ thuở còn la lết
Người ăn thịt là người ăn nỗi chết
Ăn nỗi kinh hoàng, sợ hãi của chúng sinh
Thấm vào xương da, máu thịt của chính mình
Theo hơi hám thở ra mùi oán khí
Nay nương phước xưa, sinh làm người tài trí
Nên cảm cùng trời cái đức hiếu sinh
Chớ nên làm người bán rẻ tánh linh
Phước cùng tận, theo nghiệp thay đầu, đổi mặt
Người ăn thịt cưu mang nhiều bệnh tật
Cả thân tâm ô nhiễm khí tối đen
Ăn thịt, ăn rau, đều bởi thói quen
Biết nhìn lại thì sinh lòng hổ thẹn
Nghiệp thiện ác thọ thân người, thân thú
Có xương da thì biết nỗi đớn đau
Thay hình, đổi mặt, vô số kiếp hẳn quên nhau
Lại giết hại, đoạn tuyệt dòng giống Phật."

(Trích tập Lời Vàng, Ấn Quang Đại Sư, Từ Hoa Nhất Tuệ Tâm dịch)

3. Thứ ba là giáo hội: Đề nghị nên thường xuyên tổ chức các lớp học quy mô về giáo lý, chú trọng vào sự giúp ích người tín đồ trong việc tu tập và trì giới. Người trong giáo hội nên thường xuyên gặp gỡ các thanh đồng, thử thách sự hành đạo chân chính hoặc không chân chính. Trong bất cứ tôn giáo nào cũng có bộ mặt gian trá của những hạng người gian trá, dù là Phật giáo, Thiên chúa giáo, Thánh giáo v.v… với những tin tức hằng ngày đã tích tập thành sự kiện lịch sử.

4. Thứ tư là trang phục: Đề nghị bãi bỏ các lối ăn mặc tùy tiện của các tín đồ hành lễ, họ phải mặc pháp phục thanh nhã được quy định.

5. Thứ năm là chầu hầu: Sự thanh tịnh và cung kính trong lúc chầu hầu qua thân khẩu ý của tất cả những người chung quanh. Đề nghị tín đồ nên giữ một khoảng cách giữa người thanh đồng và tín đồ, nên ngồi nghiêm trang theo thứ lớp ngay ngắn. Không nên kéo khăn sửa áo của người thanh đồng trong lúc người ấy đang làm lễ.

6. Thứ sáu là tịnh tu: Đề nghị gia tăng việc tịnh tu ba nghiệp thân khẩu ý nơi yên tịnh, tổ chức các buổi tĩnh tọa ngay trong đền phủ, giảm thiểu tất cả các sinh hoạt bơi thuyền, rước kiệu tấp nập bên ngoài dù là trong các ngày vía lễ. Sự dâng hiến thành kính nhất trong các ngày vía là giới tâm, định tâm và tuệ tâm. Nếu chỉ vì bận rộn với chuyện luộc gà vịt, mang đến đền phủ bày la liệt trên bàn thờ thì chắc chắn đây không phải là sự cúng dường chư thiên chờ đợi nhận lãnh, mà chính mình lại tạo thêm nghiệp. Người tín đồ phải thường phản tỉnh tự hỏi tâm mình tin tưởng vào điều gì. Tâm mình là tâm cầu lợi dưỡng hoặc là tâm cầu đạo. Làm thế nào để dâng hiến tín tâm một cách chính đáng?

7. Thứ bảy là lá cờ: Đề nghị duy trì một lá cờ đồng nhất được treo trong tất cả đền phủ.

Những đề nghị trên chỉ là những điều cơ bản nhằm vào việc duy trì một nền đạo tự ngàn xưa. Thiên tiên vốn bất sinh nhưng Thánh đạo có bất diệt hay không là tùy thuộc vào đường lối tu hành của người hành đạo.

Người xưa nói: "Tận thiên chức tuần thiên lý." Chức phận Trời trao phải làm cho hết sức. Chân lý Trời phú y theo không sai.

Lời thưa

Trong kinh Pháp Cú, đức Phật dạy rằng: "Pháp thí thắng mọi thí." Thực hành Pháp thí là chia sẻ, truyền rộng lời Phật dạy đến với mọi người. Mỗi người Phật tử đều có thể tùy theo khả năng để thực hành Pháp thí bằng những cách thức như sau:

1. Cố gắng học hiểu và thực hành những lời Phật dạy. Tự mình học hiểu càng sâu rộng thì việc chia sẻ, bố thí Pháp càng có hiệu quả lớn lao hơn. Nên nhớ rằng **việc đọc sách còn quan trọng hơn cả việc mua sách.**

2. Phải trân quý kinh điển, sách vở in ấn lời Phật dạy. Khi có điều kiện thì mua, thỉnh về nhà để tự mình và người trong gia đình đều có điều kiện học hỏi làm theo. Không nên giữ làm của riêng mà phải sẵn lòng chia sẻ, truyền rộng, khuyến khích nhiều người khác cùng đọc và học theo. Không nên để kinh sách nằm yên đóng bụi trên kệ sách, vì **kinh sách không có người đọc thì không thể mang lại lợi ích.**

3. Tùy theo khả năng mà đóng góp tài vật, công sức để hỗ trợ cho những người làm công việc biên soạn, dịch thuật, in ấn, lưu hành kinh sách, **để ngày càng có thêm nhiều kinh sách quý được in ấn, lưu hành.**

Thông thường, việc chi tiêu một số tiền nhỏ không thể mang lại lợi ích lớn, nhưng nếu sử dụng vào việc giúp lưu hành kinh sách thì lợi ích sẽ lớn lao không thể suy lường. Đó là vì đã giúp cho nhiều người có thể hiểu và làm theo lời Phật dạy. Mong sao quý Phật tử khắp nơi đều lưu tâm đóng góp sức mình vào những việc như trên.

TINH YẾU THỰC HÀNH PHÁP THÍ

- Mua thỉnh kinh sách về đọc, tự mình sẽ được rất nhiều lợi ích.

- Chia sẻ, truyền rộng bằng cách cho mượn, biếu tặng kinh sách đến nhiều người thì lợi ích ấy càng tăng thêm gấp nhiều lần.

- Đóng góp công sức, tài vật để hỗ trợ công việc biên soạn, dịch thuật, giảng giải, in ấn, lưu hành kinh sách thì công đức lớn lao không thể suy lường, vì có vô số người sẽ được lợi ích từ việc lưu hành kinh sách.

Made in the USA
Columbia, SC
23 September 2023

23283467R00080